கடலுக்கு அப்பால்

ப. சிங்காரம்

நியூ செஞ்சுரி புக் ஹவுஸ் (பி) லிட்.,
41-பி, சிட்கோ இண்டஸ்டிரியல் எஸ்டேட்,
அம்பத்தூர், சென்னை- 600 050.
☎ : 044 - 26251968, 26258410, 48601884

Language: Tamil
Kadalukku Appaal
Author : **P. Singaram**
N.C.B.H. First Edition: December, 2018
Second Edition: February, 2021
Third Edition: September, 2023
Copyright: Publisher
No. of pages: 158
Publisher:
New Century Book House Pvt. Ltd.,
41-B, SIDCO Industrial Estate,
Ambattur, Chennai - 600 050.
Tamilnadu State, India.
email : info@ncbh.in
Online:www.ncbhpublisher.in

ISBN: 978 - 93 - 8805 - 067 - 8
Code No. A 4022
₹ 150/-

Branches

Ambattur (H.O.) 044 - 26359906 **Spenzer Plaza (Chennai)** 044-28490027
Trichy 0431-2700885 **Pudukkottai** 04322- 227773 **Thanjavur** 04362-231371
Tirunelveli 0462-4210990, 2323990 **Madurai** 0452 2344106, 4374106
Dindigul 0451-2432172 **Coimbatore** 0422-2380554 **Erode** 0424-2256667
Salem 0427-2450817 **Hosur** 04344-245726 **Krishnagiri** 04343-234387
Ooty 0423 2441743 **Vellore** 0416-2234495 **Villupuram** 04146-227800
Pondicherry 0413-2280101 **Nagercoil** 04652-234990

கடலுக்கு அப்பால்
ஆசிரியர்: ப. சிங்காரம்
என்.சி.பி.எச். முதல் பதிப்பு: டிசம்பர், 2018
இரண்டாம் பதிப்பு: பிப்ரவரி, 2021
மூன்றாம் பதிப்பு: செப்டம்பர், 2023

அச்சிட்டோர்: **பாவை பிரிண்டர்ஸ் (பி) லிட்.,**
16 (142), ஜானி ஜான் கான் சாலை, இராயப்பேட்டை, சென்னை - 14
☎: 044-28482441

All rights reserved. No part of this book may be reprinted or reproduced or utilised in any form or by any electronic, mechanical, or other means, now known or hereafter invented, including photocopying and recording, or in any information storage or retrieval system, without permission in writing from the publishers.

பாகம் ஒன்று

1. லெப்டினன்ட் செல்லையா

அக்கரையிலிருந்து வந்த நீராவிப் படகு பினாங் துறைமுகத்தை அடைந்தபோது மணி 3.36. கதிரவனின் ஒளிபட்டு கடல் தகதகவென்று மின்னிக்கொண்டிருந்தது. படகிலிருந்து பாலத்தில் ஏறின பிரயாணிகள் ஒருவர் பின் ஒருவராய், வரிசையாகச் சாலையை நோக்கி நகர்ந்தார்கள். இருபுறமும் கம்புக் கிராதியை ஒட்டி நின்ற கெம்பித்தாய் சிப்பாய்களின் கண்கள் பிரயாணிகளை நோட்டமிட்டுக்கொண்டிருந்தன. லெப்டினன்ட் செல்லையா பாலத்தில் ஏறி, பிரயாணிகள் வரிசையில் மெதுவாக நடந்தான். இடதுகையில் தோல்பை; வலதுகையில் சிகரெட் புகைந்தது.

பச்சை பைஜாமாவும் வெள்ளைச் சட்டையும் அணிந்திருந்த சீனப் பெண்ணின் ஒரு கையில் பிரம்புக் கூடையும், மறு கையில் துணிப்பையும் இருந்தன. அவனுக்குப் பின்னே சென்ற மலாய்க்காரி, குதிங்கால் செருப்புகளின் மீது அன்னநடை நடந்தாள். அடுத்துத் தமிழர், சீனர், மலாய்க்காரர்களும், இரண்டொரு சீக்கியரும் முன்னேறிக் கொண்டிருந்தார்கள்.

வலப்புறம் கெம்பித்தாய் லெப்டினன்ட் சில விநாடிகள் மலாய்க்காரி மீது பார்வையைச் செலுத்தினான். மஞ்சள் முகத்தில் மின்னிய சிறு கண்கள் மலர்ந்தன. துருத்தியிலிருந்து வரும் காற்றோசையுடன் வாய் விரிந்தது. அன்னநடைக்காரியின் வர்ணம் பூசிய உதடுகள் கோணி வளைந்தன; தோள்கள் நெளிந்து அசைந்தன. கால்களை இடம் பெயர்த்த ஜப்பானியன் கைகளைப் பிசைந்துகொண்டிருந்தான். பொம்மை முகத்தில் மெல்லிய புன்னகை தோன்றியது... பார்வை இமைப்பொழுதில் மாறி, கூடைக்காரியின் மீது விழுந்தது.

“உரேஎஎ!” லெப்டினன்டின் உறுமல் வடக்கு நோக்கி நகர்ந்து கொண்டிருந்த பிரயாணிகளைக் குலுக்கிற்று. வலக்கை, பிரம்புக் கூடை வைத்திருந்த சீனப் பெண்ணைச் சுட்டி நின்றது. செல்லையா, வரிசையிலிருந்து கொஞ்சம் விலகி, கூடைக்காரியை உற்றுப் பார்த்தான். 20, 25 வயதிருக்கும். கட்டுருட்டான உடல். நல்ல அழகி.... குள்ளப்பயலுக்கு உண்மையிலே சந்தேகமா, அல்லது... ம்ம்.

இருபுறமும் நின்ற சிப்பாய்கள் பாய்ந்தோடிப் போய் அந்த சீனப் பெண்ணை இழுத்து வந்தார்கள். லெப்டினன்ட் ஜப்பானிய மொழியில் ஏதோ சொன்னான். அவளை வடகோடியில் இடப்புறம் இருந்த அறைக்கு இழுத்துச் சென்றனர். அவள் முகத்தில் அச்சமோ, கவலையோ தென்படவில்லை. இப்படி நேரலாமென்று ஒவ்வொரு விநாடியும் எதிர்பார்த்தவள் போல் தோன்றியது.

ஜப்பானிய லெப்டினன்ட் கனைத்துக்கொண்டு பிரயாணிகள் பக்கம் திரும்பினான். மற்றவர்கள் வடக்கு நோக்கி நடக்கலாமென்று அவனுடைய வலக்கை சைகை காட்டியது. பிரயாணிகள் வரிசையாக நடக்கலானார்கள்.

ஐ.என்.ஏ. லெப்டினன்ட் செல்லையாவின் நிமிர்ந்த உருவம் மெதுவாக நகர்ந்துகொண்டிருந்தது. முன்னால் சென்றோர் கெம்பித்தாய் அதிகாரியை நெருங்கியதும் பல வகைகளில் வணக்கம் தெரிவித்தார்கள். சீனர்கள் இடுப்புவரை குனிந்தனர். மலாய்க்காரர்கள் கையைத் தூக்கி வந்தனை செய்தார்கள். தமிழர்கள் பட்டும் படாமல் வணக்கம் தெரிவித்தனர்.

செல்லையா நெருங்கினான். ஜப்பானிய லெப்டினன்டின் உடல் நிமிர்ந்தது. இருவர் கண்களும் சந்தித்தன.

“இந்தோ?”

“ஹை. இந்தோ கொக்கு மின் குன் தெசு.”

ஜப்பானியன் செல்லையாவின் தோளைப் பார்த்தான். லெப்டினன்டின் தலை லேசாகக் குனிந்தது. தமிழ் லெப்டினன்ட் தலையை அசைத்துவிட்டு நகர்ந்தான். பின்னால் வந்த தமிழர்கள் பெருமிதத்தோடு ஒருவரை ஒருவர் பார்த்துக்கொண்டார்கள்.

பாலத்தின் வாசலில் தமிழ் முஸ்லிம் ஒருவருடைய காப்பிக் கடை இருந்தது. முன்னால், ஜப்பானிய மாலுமிகள் சிலர் நின்றார்கள். அவர்களை ஒட்டிக்கொண்டு வழக்கமாகத் துறைமுகத்தைச் சுற்றித் திரியும் உதிரிகள் கூட்டம் நடமாடியது. இடது பக்கம் சைக்கிள் ரிக்ஷா வண்டிகள் வரிசையாக நின்றன. படகில் வந்த பிரயாணிகள் கால் நடையாகவும் ரிக்ஷாக்களிலும் நகருக்குள் செல்லலானார்கள்.

செட்டி தெருப் பக்கம் போய்ப் பார்க்க வேண்டுமென்ற ஆவல் செல்லையா மனதில் எழுந்தது. மணியைப் பார்த்தான். 4.10 நேரமில்லை. ரிக்ஷாவில் ஏறி, ‘ஆறு முச்சந்தி’க்குக் கிளம்பினான்.

வெறிச்சென்று கிடந்த தெருக்களின் வழியாக வண்டி விரைந்தது. இரண்டொரு லாரிகளைத் தவிர வேறு மோட்டார் வண்டிகளே

காணப்படவில்லை. ரிக்ஷாக்கள் மட்டும் எப்போதும் போல் எங்கும் பரவித் தென்பட்டன. டிராம் நின்றுவிட்டதை முன்பே கேள்விப் பட்டிருந்தான்.

செட்டி தெரு ஆ.சி. வயி. வயிரமுத்துப்பிள்ளை லேவாதேவிக் கடை அடுத்தாள் செல்லையா, முதலாளியின் சொல்லை மீறி நேதாஜியின் இந்திய தேசிய ராணுவத்தில் சேர்ந்து ஏறக்குறைய இரண்டு ஆண்டுகள் ஆகின்றன. அதற்குள் எவ்வளவு மாற்றம்! தென்கடலில் அமெரிக்கக் கப்பல் - விமானப்படைகளின் பலம் மேலோங்கிவிட்டது, ஜெனரல் தெராவுச்சியின் மின்னல் பாய்ச்சல்களும் அட்மிரல் யாமமோத்தாவின் சம்மட்டி அடிகளும் இப்போது பழங்கதைகள். ஜெனரல் மெக்கார்தரின் போரணிகள் மார்ஷல் கரோலின் தீவுக் கூட்டங்களினூடே தாவிக் கடந்து ஜப்பானை அணுகிக்கொண்டிருக் கின்றன. பர்மா முகப்பிலோ, மவுண்ட் பேட்டனின் சேனை மெதுவாய் ஆனால், உறுதியாக முன்னேறி வந்து கொண்டிருந்தது...

வண்டி பினாங் ரோடில் திரும்பியது. செல்லையா இருபுறமும் மாறி மாறிப் பார்த்தவாறு சாய்ந்திருந்தான். ஊர் சுற்றுவதில் நாட்டம் கொண்ட பினாங் மக்கள் வழக்கம்போல் ஆடி அசைந்து ஊர்ந்து கொண்டிருந்தார்கள். யாரும் பட்டினியால் வாடியதாகத் தெரியவில்லை. ஆனால், நெடுகிலும் கிழிந்த சட்டைகள் தென்பட்டன. போருக்கு முந்திய பினாங் நகரில் காண முடியாத காட்சிகளில் இதுவும் ஒன்று.

எதிரே வரும் ஆட்கள், வாகனங்கள் பற்றிக் கொஞ்சம்கூடக் கவலைப்படாமல், ரிக்ஷாவைக் கடுவிரைவாய்ச் செலுத்திக் கொண்டிருந்தான் சீனச் சாரதி. இடப்புறத்தில் வின்சர் கூத்து மேடையின் சிமிந்தி நிற உருவம் தோன்றி மறைந்தது. செல்லையா திரும்பிப் பார்த்தான். நாள் தவறினாலும் வின்சர் கொட்டகைக்குப் போகத் தவறியதுண்டா... சுப்புலட்சுமியின் ‘சகுந்தலை’ திரையிடப்பட்ட முதல்நாள்என்ன கூட்டம், என்ன பரபரப்பு...! எதிரே வந்த ரிக்ஷாவில் ராணுவ உடையில் இருந்தவர் வந்தனை செய்தார். “ஜே ஹிந்த்!” ‘யாரது, நினைவில்லையே, மாரியப்பனாக இருக்குமோ?’

மெய்ஜி ரெஸ்டாரன்ட் ரேடியோ ஜப்பானியப் பாடல் ஒன்றை முழங்கிக்கொண்டிருந்தது. ‘இஷினாயோ... இஷினாயோ... இயியியி இஷினாயோ...’ குடிபோதையில் தள்ளாடிய ராணுவ அதிகாரிகள் படிக்கட்டில் நின்று இரைந்துகொண்டிருந்தனர். நடைபாதையில் சிலர் தடுமாறி நடந்தார்கள். சிங்கப்பூர் எம்போரியத்தின் அருகே மேனன் கிளினிக் நர்ஸ் சுந்தரி சென்றாள். தகுந்த வளைவு நெளிவுகளுடன் கூடிய வாட்டசாட்டமான பின்புறம் தெரிந்தது. பிறகு, வலது பக்கமும்

முன்புறமும் தெரிந்தன. வயதாக ஆக இவளுக்கு மட்டும் அழகு கூடிக்கொண்டே போகும்போல் இருக்கிறது. இரண்டு வருஷத்துக்கு முன்னரே ஐந்து பிள்ளைகள்... மரகதம்...

மரகதத்தின் நினைவு தோன்றிச் செல்லையாவின் மனதை அழுத்திற்று. பார்த்து வெகு காலமாகிவிட்டதே. இப்போது பார்த்தால் எப்படி இருக்கும்.... உடல் புல்லரித்தது. சிகரெட் எடுத்துப் பற்றவைத்தான். விலகாமல் முன்னே சென்ற வண்டிக்காரர்களையும், குறுக்கிட்ட ஆட்களையும் சரமாரியாக ஏசியபடி, ரிக்ஷாக்காரன் வண்டியை ஓட்டிக்கொண்டிருந்தான்.

ஆறு தெருக்கள் கூடும் 'ஆறு முச்சந்தி'யில் பல்லாண்டுகளாகப் புகழ் பெற்று விளங்கும் சிக்கந்தர் காப்பிக் கடைக்கு முன்னே போய் ரிக்ஷா நின்றது.

சீனர், தமிழர், மலாய்க்காரர்கள் மொய்த்திருந்த மேசைகளினிடையே, இருபுறமும் நோட்டமிட்டபடி நடந்த செல்லையா, பின் அறைக்குள் நுழைந்து அமர்ந்தான். அருகே வந்து குனிந்த பணியாளிடம், தேவையான பலகாரங்களின் பட்டியல் தெரிவிக்கப்பட்டது.

இடியாப்பத்தையும், முர்த்தாபா ரொட்டிகளையும் வயிறு நிறைய அடைத்த பின், காப்பி குடித்துவிட்டுக் கிளம்பினான். வாசலருகே, வலப்புறத்தில் மீகோரெங் தின்றுகொண்டிருந்த இரண்டு மலாய்க்காரிகள், ஒரே சமயத்தில் தோளைக் குலுக்கிக் கண்ணைச் சுழற்றினார்கள். "ஆ, யாரோ இந்த அழகன்!" பச்சை கெமேஜா அணிந்திருந்தவளின் இனிய மலாய் நாதம் குமுகுமுத்தது. திரும்பிப் பார்க்காமல் நடந்தவன், மீண்டும் ரிக்ஷாவில் ஏறிக்கொண்டு, லெப்டினன்ட் 'இரட்டைக் கை' மாணிக்கம் அமர்த்தியிருந்த வீட்டை நோக்கிப் புறப்பட்டான்.

கதவைத் திறந்த முனியாண்டி, முகத்தில் மகிழ்ச்சி பொங்க வரவேற்றான். "வாங்கண்ணே, இப்பத்தான் வாரியளா, நல்லாயிருக்கியகள்ள? அவுக ரெண்டு பேரும் காலையில் போனவுக; எப்படியும் ராத்திரிக்குள்ள வந்திருவாக! இருங்கண்ணே, காப்பி போட்டுத் தாரேன்."

இடக்கையை இடுப்பில் வைத்தபடி தாழ்வாரத்தில் நின்ற செல்லையா, வலக்கையால் நெற்றியைத் தடவினான். முதலாளி வீட்டுக்குப் போய்த் தலையைக் காட்டிவிட்டு வருவது நல்லது. இவ்வளவு தூரம் வந்துவிட்டுப் போகாமல் இருப்பது முறையல்ல. எது எப்படி இருந்தாலும், மரகதத்தின் முகத்தையாவது பார்த்துவிட்டு வரலாம். கொஞ்சம் மன அமைதியாவது ஏற்படும். காமாட்சியம்மாளும் பெற்ற தாய்போல...

"காப்பி வேண்டாம். அப்புறம் பார்த்துக்கொள்ளலாம். அவர்கள் வந்ததும் டத்தோ கிராமட் ரோடுக்குப் போயிருக்கிறேன் என்று சொல். ராத்திரி இங்கேதான் சாப்பாடு! போ, வண்டி கொண்டுவா."

"ஆகட்டுமண்ணே!" முனியாண்டி வெளியே ஓடினான்.

2. மரகதம்

ஆ.சி. வயி. வயிரமுத்துப் பிள்ளையின் வீடு டத்தோ கிராமட் சாலையின் தென்புறத்தில் மஞ்சள் சாயப்பூச்சுடன் நின்றது. ஊர்பார்க்க வந்த மனைவியும் மகளும் தங்குவதற்கென்று அமர்த்திய அந்தக் கட்டடம், யுத்தம் காரணமாகப் பிள்ளையவர்களின் கையிலே நிலைத்துவிட்டது.

செல்லையா நிலைப்படியில் ஏறினபோது, கதவு உள்ளே தாழிடப்படும் தறுவாயிலிருந்தது. தள்ளிக்கொண்டு நுழைந்தான்.

"என்ன யாரு?" கதவைத் தொட்டபடி பேயறைந்தவர் போல் நின்ற சமையலாள் கருப்பையா அலறினார்.

பெஞ்சுப் பலகையில் உட்கார்ந்திருந்த மரகதமும் காமாட்சியம்மாளும் பதறி எழுந்து, பின்கட்டுக்குள் ஓடினார்கள்.

"கருப்பையாண்ணே! என்ன, தெரியலையா?" தலையில் இருந்த தொப்பியை எடுத்தான். அடங்கிக் கிடந்த கேசக் கற்றைகள் நெற்றியில் தாவிப் புரண்டன.

"என்ன செல்லையாண்ணனா! அடி ஆத்தீ, அடையாளமே தெரியலையே! பயந்திட்டோம்ணே... வாங்க, இருங்கண்ணே!" முகத்தில் வியப்பும் மகிழ்ச்சியும் மிளிர்ந்தன. உள்கட்டுக் கதவுக்குப் பின்னால் காமாட்சியம்மாளின் தலை மெதுவாக எட்டிப் பார்த்தது. "செல்லையாவா? மிலிட்டரி தொரைமாதிரியில்ல இருக்கு? முன்னைக்கு இப்ப ஆள் ரெண்டு பங்காத் தெரியுது..." வலக்கை நாடிக்கு ஏறியது.

"அக்கா, நம்ம செல்லையாண்ணன்! சும்மா வாங்க. நாங்கூட முதல்ல பயந்திட்டேன்" ஓடி ஒளிந்தவர்களுக்குத் தைரியம் சொன்னார்.

"செல்லையா, வாப்பா. இப்படித்தானா எங்களைப் பயமுறுத்துறது? எப்ப வந்தாய்?" நாடியில் கைவைத்தவாறு காமாட்சியம்மாள் முன்கட்டுக்கு வந்தார்.

"இப்பத்தான் வந்தேன். முதலாளி. நாகலிங்கமெல்லாம் எங்கே, காணோம்?"

"உக்காரப்பா, ஒங்க மொதலாளி நியூலயனுக்குப் போயிருக்காக. அவுகள்ளாம் அங்கெ, நம்ம கடையில இருப்பாக. விளக்கு வைக்கிறதுக்கு முன்னாடி வந்திருவாக. உக்காரு செல்லையா."

சுவரோரம் கிடந்த நாற்காலியில் உட்கார்ந்தான். கண்கள் உள்கட்டுப் பக்கம் சென்றன. கதவுக்குப் பின்னால் உடலை மறைத்தவாறு அவனைக் கண்கொட்டாமல் பார்த்துக்கொண்டிருந்த குளிர்ந்த முகம் தெரிந்தது; மறுவிநாடி மறைந்துவிட்டது.

"நீ போயி ரெண்டு வருஷமாச்சே, ஒரு கடிதாசி போடக் கூடாதா? என்னமோ ஏதோன்னு நினைச்சிக்கினே இருந்தேன்... கருப்பை யாண்ணே! காப்பி போட்டாங்க."

வாயைப் பிளந்தவாறு செல்லையாவின் சராய், பிஸ்டல், பூட்ஸ் முதலியவற்றைப் பார்த்து நின்ற கருப்பையா உள்ளே ஓடினார்.

"அதிகமாகக் கடிதம் எழுதக்கூடாதென்று உத்தரவு. உங்க எல்லோரையும் பற்றி அடிக்கடி விசாரித்துக்கொள்வேன்."

உள்ளே மரகதமும் கருப்பையாவும் கிசுகிசுவென்று பேசிக் கொண்டிருந்தனர். செல்லையா பேச்சோடு பேச்சாகப் பார்வையை உள்ளே திருப்பினான். கருப்பையா காப்பித் தம்ளருடன் நிலைப் படியைத் தாண்டினார். பின்னால் மரகதத்தின் முழு நிலவு வட்ட முகம் மின்னியது. இதென்ன பழைய மரகதம்தானா அல்லது தேவலோகத்துப் பெண்ணா?

"காப்பியக் குடி, செல்லையா" காமாட்சியம்மாளின் குரல் சொல்லிற்று.

திடுக்கிட்டுத் திரும்பியவன், காப்பித் தம்ளரை வாங்கினான்.

"ஏனப்பா, திக்குத் தெரியாத சீமையில வந்து அகப்பட்டுக்கினு முழிக்கிறமே, எங்களை விட்டுப்பிட்டு இப்படிப் போகலாமா? நீ இங்கின இருந்தாக்கா மனசுக்கு எம்புட்டுத் தெம்பாயிருக்கும்... வடிவேலுதான் போயிட்டான்." குண்டு வீச்சில் பலியான மகன் நினைவு வந்ததும், காமாட்சியம்மாளின் குரல் கம்மியது; கண்களில் நீர் சுரந்தது.

"இனிமேல் ஒன்றும் பயமில்லை. சண்டை சீக்கிரம் முடிந்துவிடும்."

"வெள்ளைக்காரன் வந்திருவானா?"

"யார் வந்தாலும் நமக்கு ஒன்றுதான். சண்டை நின்று, கப்பல் விட்டால் சரி."

"ம்ம்.... ஆமா, அங்க ஒனக்கு என்ன வேலையப்பா? இடுப்பிலே இருக்கே அதென்ன டுப்பாக்கியா?"

"ஆமா, பிஸ்டல். ராணுவத்தில் அதிகாரி, லெப்டினன்ட்."

"அப்படீன்னா?"

"பட்டாளத்தில் ஆபீசர் வேலைன்னு சொல்றாங்கள்ள, அது."

"ஆப்சரா!" காமாட்சியம்மாளின் வியப்பு, கண்களில் தெரிந்தது. எல்லோரும் சிப்பாயி வேலக்கிப் போயிருக்கியன்னுல நினச்சென். நம்ம பிள்ளைக ஆப்சர் வேலையிலயும் இருக்காகளா?"

"ஆமா, கொஞ்சம் பேர், ரொம்ப இல்லை."

"ம், ஆமா, அ, நம்ம கடையிலிருந்து போன முத்துலிங்கம், சேது எல்லாம் எங்கப்பா இருக்காக? ஒண்ணும் தெரியலையே... எங்கெ போயி என்ன அவதிப்படுதுகளோ! ம்... காப்பியக் குடி ஆறுது."

"சேது பாலர் சேனையில் இருப்பதாகச் சொன்னார்கள். முத்துலிங்கம் சங்கதி தெரியவில்லை."

பர்மாப் போர்க்களத்தில் முத்துலிங்கம் பலியான செய்தியைச் சொல்ல விரும்பவில்லை. காப்பியைக் குடித்துவிட்டு டம்ளரைக் கீழே வைத்தான்.

"ஆமா, பர்மாச் சண்டைக்குப் போன நம்ம பிள்ளையக கணக்கு வழக்கில்லாமல் செத்துப் போச்சுதுகளாமே, அதுகளைப் பெத்தவுகளுக்கு யாரு பிள்ளை கொடுக்கிறது? இதெல்லாம் நமக்கெதுக்கு? ஜப்பான் காரனும் வெள்ளைக்காரனும் சண்டை பிடிச்சுக் கெட்டுக் குட்டிச் சுவராய்ப் போகட்டும்; அரசழிஞ்சு அடியோட தொலையட்டும். நமக்கென்ன?" பேச்சு படபடப்பாக வந்தது.

"சாகப் பயந்தால் முடியுமா? வீட்டில் இருந்தவர்கள் குண்டுவீச்சில் ராகவில்லையா?" "ஏனப்பா, உன்னையவும் பர்மாச் சண்டைக்கிப் போகச் சொல்வாரா நேத்தாசி?"

"உத்தரவு வந்தால் போகவேண்டியதுதான்."

"நீ போக வேணாமப்பா, ஒண்ணு ஆனாப் போனால், உங்க ஆத்தாளுக்கு யார் பதில் சொல்றது?"

"பர்மாவுக்குப் போக வேண்டியிருக்காது. ரெண்டு மாசத்தில் சண்டை முடிந்துவிடும்."

"சரி, இதையெல்லாம் கழட்டிப் போட்டுப்பிட்டு வேட்டிய எடுத்துக் கட்டிக்க. ஒன் டவுசரையும் தொப்பியவும் பாத்தாப் பயமாயிருக்கு. ஒங்க மொதலாளி பாத்தா அரண்டு போவாரு" காமாட்சியம்மாளின் முகத்தில் சிரிப்பு அரும்பியது.

"காலையில் முகாமுக்குத் திரும்ப வேண்டும். இங்கு நிறைய வேலையிருக்கிறது. இப்பொ கிளம்பினால்தான் சரியாயிருக்கும்" எழுந்தான்.

"நல்லாயிருக்கே, உக்காரு. ரெண்டு வருஷம் காட்ல இருந்த பிள்ளை, நாலு நாளைக்கி வாய்க்கி ருசியாகச் சாப்பிட்டுட்டுப் போ."

"ஒருநாள்தான் லீவு. இன்னொரு முறை வர்றென்." வயிர முத்துப் பிள்ளை வருவதற்குள் புறப்படுவதென்று தீர்மானம் செய்துவிட்டான்.

"காலையில போறதுக்கு இப்ப என்ன? வேலைகளை முடிச்சிக்கினு சாப்பிட வா. ஒங்க மொதலாளியும் அதுக்குள்ள வந்திருவாரு."

"நேரமில்லை. நிறைய வேலையிருக்கிறது" கும்பிட்டான். "முதலாளியிடம் சொல்லுங்கள்."

"மகராசனாய்ப் போய்ட்டு வா. பத்திரமா இருந்துக்க. எங்களை மறந்திராதையப்பா!"

"கருப்பையாண்ணே, வரட்டுமா?" செல்லையா உள்கதவைப் பார்த்தான். மரகதத்தின் முழு உருவம் தெரிந்தது.

"ஆகட்டும், போய்த்து வாங்கண்ணே."

"வருகிறேன்." தொப்பியைத் தலையில் வைத்துக்கொண்டு படிக்கட்டில் இறங்கிச் சென்றான்.

3. மலேயா ராமாயணம்

முன் ஹாலில் கிடந்த வட்டமேசையைச் சுற்றி நான்கு பேர் உட்கார்ந்திருந்தார்கள். மேலே, கறுப்பு முகமூடி போட்ட விளக்கு தொங்கிற்று. எஸ்.எஸ். லெப்டினன்ட் மாணிக்கத்தின் கால்கள் மேசை மீது கிடந்தன. இடப்புறத்தில் 'சுதந்திர இந்தியா' படித்துக் கொண்டிருந் தான் செகண்ட் லெப்டினன்ட் பழனியப்பன். மற்ற இருவரும் மாணிக்கத்துடன் ஏதோ பேசிக்கொண்டிருந்தார்கள்.

"செல்லையா!" எல்லோரும் ஒருமித்து வரவேற்றார்கள்.

" எங்கே போய்த் தொலைந்தீர்கள்? ஏதாவது வேட்டையா? சாமி! நெல்சன்! எப்போது வந்தீர்கள்?"

"மூன்று நாள் லீவ், தாயாருக்கு நிமோனியா. திங்கட் கிழமை திரும்ப வேண்டும்" ஜித்ரா முகாம் 6 ஆவது ரெஜிமென்டைச் சேர்ந்த லெப்டினன்ட் சாமி சொன்னான்.

“இப்போதுதான் வந்தேன். நாளைக்குத் திரும்ப வேண்டும்.” தைப்பிங் 5 ஆவது கொரில்லாப் படை லெப்டினன்ட் நெல்சன் ஆங்கிலத்தில் தெரிவித்தான். அவனுக்குத் தமிழ் சரியாக வராது.

“இங்கே வந்து பார்த்தேன். யாரையும் காணோம்... டத்தோ கிராமட் ரோடுக்குப் போயிருந்தேன்.” ஜன்னலோரம் கிடந்த நாற்காலியை இழுத்துப் போட்டுக்கொண்டு உட்கார்ந்தான்.

“தெரியும், தெரியும் வேறு எங்கே போகப் போகிறாய்? காந்தம் இருக்கும் திக்கில் இரும்பு. என்ன, மரகத தரிசனம் கிட்டியதா. அல்லது தந்தையெனும் நந்தி வழிமறித்து...”

செல்லையா இடது கையை ஓங்கி, மாணிக்கத்தின் முதுகில் அடித்தான்.

“சரி. கண்டனம் கவனிக்கப்பட்டது.” முகத்தைச் சுளித்துக் கொண்டு முதுகைத் தடவினான் மாணிக்கம்.

முனியாண்டி காப்பி மங்குகளைக் கொண்டுவந்து வைத்தான்.

காப்பியைக் குடித்துக்கொண்டே வம்புக் கதைகளைப் பரிமாறலானார்கள்.

ஜித்ரா முகாமிலுள்ள சீக்கிய காப்டன் ஒருவரின் தாடியில் தீப்பிடித்துக்கொண்டது பற்றி சாமிசொன்னான். மற்றவர்கள் வயிறைப் பிடித்துக்கொண்டு சிரித்தார்கள். அவனோ சிரிக்காமல் அந்த அதிகாரி தவித்ததை நடிப்புடன் விவரித்துக் கொண்டிருந்தான்.

கோலாலம்பூர் அம்பாங் தெருவில் சட்டை போடாமல் தோள் துண்டுடன் உலாவிக்கொண்டிருந்த ஒரு செட்டியாரின் கதையை நெல்சன் ஆங்கிலத்தில் கூறினான். ஜப்பானியக் கடற்படைக் காப்டன் ஒருவன் செட்டியாரைக் கூலியாள் என்று நினைத்து அவர் தலையில் பெட்டியை ஏற்றி ஒரு மணி நேரம் கழித்து கடைவீதி எங்கும் இழுத்துக்கொண்டு போனான். நல்ல வேளையாக ஜப்பான் மொழி தெரிந்த ஐ.என்.ஏ. அதிகாரி ஒருவர் காப்டனிடம் விஷயத்தை விளக்கி செட்டியாரை மீட்டு வந்தார். செட்டியார் அந்த ஊரிலுள்ள அரைடஜன் பணக்காரர்களில் ஒருவர். இந்தக் கதை முந்தையதைவிடக் கூடுதல் சிரிப்பைக் கிளப்பியது.

“செல்லையா, இன்றைய சிறப்புச் செய்தி தெரியுமா?” மாணிக்கம் சராய் பையிலிருந்து சிகரெட் பெட்டியை வெளியேற்றி, மேசைமீது போட்டான். ஆளுக்கொன்றை உருவி எடுத்துப் பற்ற வைத்தார்கள்.

“ம்? தெரியாது.”

“பிலிப்பைனில் மெக்கார்தர் கரையிறங்கிவிட்டான்.”

“என்ன, பிலிப்பைனிலா! ஏன் தடுக்கவில்லை? ஜப்பானிய விமானங்கள் குஞ்சு பொரிக்கின்றனவா?”

“குஞ்சு பொரித்துக்கொண்டிருக்கும் பறவைகளும் மிகமிகக் குறைவு. அவை பறப்பதற்கும் எண்ணெய்ச் சனியன் வேண்டுமே!”

“முடிவு காலமோ?”

“முடிவின் தொடக்கம். தெராவுச்சி சிங்கப்பூருக்கு வந்து ஆலாய்ப் பறக்கிறானாம். இங்கே திரிகிற ஆட்களை அங்கே கொண்டுபோகக் கப்பல் கிடைக்கவில்லை.”

“கடலுக்கு அடியில் தேடினால் நிறைய கப்பல்கள் அகப்படும் அஅஆ... அஆ...” சாமி மேசையைப் பார்த்தபடி சிரித்தான்.

“டேய் செல்லையா, என்ன, முகத்தைத் தொங்கப் போட்டு விட்டாய்?” மாணிக்கம் மேசையைத் தட்டினான்.

“கரிமுடீனிடம் ஒரு மாதம் மல்லுக்கட்டி ஒரு நாள் லீவ் கிடைத்தது. இங்கு வந்தால், நீ இழவோலையை நீட்டுகிறாய்.”

“பிலிப்பைன் எப்படித் தொலைந்தால் என்ன? பர்மாதான் நமக்கு உயிர்” பழனியப்பன் குறுக்கிட்டான்.

“அங்கும் இழவுதான். நம் ஆட்கள் அநியாயமாய் - பயனில்லாமல் சாகிறார்கள்.”

“அதனால்தான் எங்கள் ரெஜிமென்ட் புறப்படவில்லை என்று நினைக்கிறேன்” நெல்சன் குறிப்பிட்டான்.

“எங்கள் ரெஜிமென்டும்தான்” செல்லையா சொன்னான்.

“போவதற்குக் கப்பலும் இல்லை” - மாணிக்கம் கைகளை விரித்தான்.

“சரி, வேறு எதையாவது பற்றிப் பேசுங்கள்” செல்லையா சலிப்புடன் கூறினான்.

“போன வாரம் இந்தியா - ஜப்பான் உறவு மிகமிக ஆபத்தான கட்டத்துக்குப் போய்விட்டது. இம்மி தப்பியிருந்தாலும் யுத்தம்தான். முழு விவரம் வேண்டுமென்றால் மாணிக்கத்தைக் கேள்” - பழனியப்பன் முகம் முறுவலித்தது.

“சொல்லவா?” மாணிக்கம் நிமிர்ந்து உட்கார்ந்தான்.

“சொல்லித் தொலை” செல்லையாவின் முகத்தில் புன்னகை தோன்றி மறைந்தது.

"சரி, வயிற்று மணி அடிக்கப் போகிறது. சுருக்கமாகச் சொல்லி முடிக்கிறேன். போனவாரம் வெள்ளிக்கிழமை நண்பகலில், சையாம் சாலைக் கனகவல்லியைக் கெம்பித்தாய் மேஜர் கெனியோச்சி இச்சியாமா தூக்கிச் சென்றுவிட்டான்."

"தொலையட்டும், மூதேவி. நீதான் ராமன் இருக்கிறாயே, கொரில்லாப் படையுடன் போய் மீட்பதுதானே?"

"இது மலேயா ராமாயணம்; நினைவிருக்கட்டும். ராவணன் வாரித் தூக்க வந்தான். சீதை என்ன செய்தாள்? 'இதோ வருகிறேன், காதலரே! என்னைக் கட்டி அணைத்துத் தூக்கிக்கொண்டு போங்கள்' என்று கெஞ்சிக் கேட்டுக்கொண்டாள். அவளை நியூபீச் அசோகவனத்தில் கொண்டு போய்ச் சிறை வைத்துவிட்டான் லங்கேசுவரன்..."

"சையாம் ரோடு சீதை போனால், பட்டாணி ரோடு கோதை என்று ராமர் பேசாமல் இருந்துவிட்டாரோ?"

"இருக்கமுடியுமா! அயோத்தி நாட்டின் பெயர் என்ன ஆவது? தோளில் கோதண்டத்தை மாட்டிக்கொண்டு ராவணனிடம் போனார் தசரத குமாரர். லங்கேசுவரன் அப்போது சாய்மான நாற்காலியில் அமர்ந்து, சாக்கே என்ற சோமபானம் பருகிக்கொண்டிருந்தான். 'ராமா, நமக்குள் சண்டை வேண்டாம். சீனக் குரங்குகள் எள்ளி நகைக்க இடம் தரலாகாது. அசோகவனத்துக்குப் போய் சீதையைக் கூப்பிட்டுப் பார். வந்தால் அழைத்துக்கொண்டு போ. நான் தலையிடவில்லை' என்ற சொல்லிவிட்டான். ராமச்சந்திர பூபதி அசோகவனத்துக்கு விரைந்தார். சீதை வரவேற்று உபசரித்து விட்டு, 'இது வெறும் பொருளாதார ஏற்பாடு; அரசியலைப் போட்டுக் குழப்ப வேண்டாம். ராவணன் மண்டையைப் போட்டதும் தாயகம் திரும்பிவிடுவேன்' என்று தன் கட்சியை விளக்கினாள். அப்புறம் என்ன செய்வது, நீயே சொல். ராமர் வாய் திறக்காமல், ஜெலுத்தொங் சாலையில் உள்ள தனது பாசறைக்குள் திரும்பிவிட்டார்." மற்றவர்கள் கெக்கலித்தார்கள். சிரிப்பொலியில் வீடே அதிர்ந்தது.

"சிங்கப்பூர் ஆபிசர்ஸ் ட்ரெய்னிங் ஸ்கூலில் காப்டன் ரத்தன்லால் என்று ஒரு ஆள் இருந்தானே. நினைவிருக்கிறதா? அவன் ஒரு நாள், தென்னை மரத்தில்..." சாமி தொடங்கினான்.

"போதும் போதும். சந்திக்கும்போதெல்லாம் உனக்குத் தென்னை மரக் கதைதான்" பழனியப்பன் எழுந்தான். "வயிறு கிள்ளுகிறது. அதைக் கவனித்தபின் கதை பேசலாம்."

"இது முற்றிலும் வேறு நிகழ்ச்சி... சரி, இப்பொழுது நேரமாகி விட்டது. இன்னொரு முறை சொல்கிறேன்."

உள்ளூர்க்காரர்கள் நெல்சனும் சாமியும் விடைபெற்றுக் கொண்டு அவரவர் வீட்டுக்குக் கிளம்பினார்கள்.

மேசையைத் துப்புரவு செய்துவிட்டு, சோற்றுத் தட்டுகளைக் கொண்டுவந்து வைத்தான் முனியாண்டி.

"இலை கிடையாதா? கோலாமூடாவில்தான் தகரத் தட்டு என்றால், இங்குமா?" செல்லையா முனங்கினான்.

"டேய், நீ அசல் பூர்ஷ்வாப்பயல். இன்னும் செட்டிதெருப் புத்தி போகவில்லையே. தலை வாழையிலை, ஊர் அரிசி, காசி அவரைவற்றல்." மாணிக்கத்தின் முகம் சுளிந்தது.

"பாலசுப்பிரமணியர் குண்டஞ்சு வேட்டி, டைமன் துண்டு, முட்டை மார்க் பனியன்..." பழனியப்பன் தொடர்ந்தான்.

"இலை வேண்டுமென்றால், இந்தப் பக்கம் வானாயீனா வீட்டில் தான் கிடைக்கும். முனியாண்டியை அனுப்பலாமா? உனக்கென்று கேட்டால், தங்கச்சி ஒன்றுக்குப் பத்தாகக் கொடுக்கும்" மாணிக்கம் சிரித்தான்.

"நிறுத்துங்காணும், தெரியுது" செல்லையா சோற்றுத் தட்டில் கை வைத்தான்.

பழனியப்பனைப் பார்த்துக் கண்ணைச் சிமிட்டி விட்டு மாணிக்கம் உண்ணலானான். பழனியப்பன் ஏற்கனவே வேலையைத் தொடங்கிவிட்டான்.

உண்டு முடிந்ததும் உலாவக் கிளம்பிய நண்பர்கள் நள்ளிரவுக்கு மேல் வந்து படுத்தார்கள்.

செல்லையா மறுநாள் வெகுகாலையில் எழுந்து குளித்துவிட்டு, கோலாமூடா முகாமுக்குப் புறப்பட்டான்.

4. வானாயீனா

ஆசி. வயி. மார்க்கா லேவாதேவிக் கடை முதலாளியான வானாயீனா என்ற வயிரமுத்துப் பிள்ளை ★தண்ணீர்மலையான் கோயிலிலிருந்து ரிக்ஷாவில் வீட்டுக்கு வந்துகொண்டிருந்தார். பிள்ளையவர்களுக்கு ஏறத்தாழ 55 வயதிருக்கும். தார்மடி வைத்துக் கட்டிய குண்டஞ்சு

★ தண்ணீர் ஆண்டவன் - பினாங் தண்ணீர்மலையில் கோயில் கொண்டிருக்கும் முருகப் பெருமான்.

வேட்டியின் தூய வெள்ளை, காலை வெயிலில் மின்னியது. மேலே முட்டை மார்க் பனியனும் டைமன் துண்டும், பரக்கப் பூசிய திருநீறும் சந்தனப் பொட்டும் நெற்றியை அழகு செய்தன. வழுக்கை படையெடுத் திருந்த தலையில் கறுப்புக் கலந்த நரைமுடி ஒட்ட வெட்டப்பட்டிருந்தது.

டில்லி மட்டக் குதிரை போல் ஒரே சீராய் ஓடிக்கொண்டிருந்த வண்டி, பிள்ளையவர்களின் வீட்டுமுன்னே போய் நின்றது. "வேல் மயிலம்! முருகா!" வண்டிச் சட்டத்தை இறுகப் பிடித்தபடி இறங்கி, ரிக்ஷாக்காரன் பக்கமாய்த் திரும்பிப் பார்த்தார். பிறகு, இடுப்பில் செருகியிருந்த தோல் பணப்பையை வெளியேற்றித் திறந்து, கசங்கி நசுங்கியிருந்த டாலர் நோட்டுகள் இரண்டை எடுத்து நீட்டினார்.

மெத்தைக்குக் கீழே இருந்த அழுக்குத் துண்டை எடுத்து, முகத்திலும் கழுத்திலும் அரும்பியிருந்த வேர்வையை மாறிமாறித் துடைத்துக்கொண்டிருந்த ரிக்ஷாக்காரன், வலக் கையினால் மூக்கைச் சிந்திவிட்டுக் கையைத் தலையில் தேய்த்தான். பிறகு, இடக்கையை நீட்டிப் பிள்ளையவர்கள் கொடுத்த நோட்டுகளை வாங்கிப் பார்த்தான். மறு விநாடி ★வெள்ளிக் கடுதாசிகள் பறந்துபோய் தெருப்புழுதியில் விழுந்தன.

"சிப்புலு லிங்கி மோவ்." பத்து டாலர் வேண்டுமென்று உறுமினான்.

"ஏண்டா, வேணுமா தடாக்கா? தீக்கா ரிங்கி கசி. பணம் காய்ச்சுத் தொங்குதோ? இனி அம்பே."இன்னொரு டாலர் நோட்டை நீட்டினார்.

"தமோவ்."

ரிக்ஷாக்காரன் முகத்தைக் கவனித்தார் வானாயீனா. அசைய மாட்டான் போலயிருக்கே, பன்னிப் பய. நறுக்குத் தெறிச்சாப்புல பேசிக்கினு ஏறாமல் போனது பிசகு. இந்தச் சீனப் பயக விசயமே இப்படித்தான். நம்ம புத்தியச் செருப்பால் அடிக்கணும்....

"டேய், இந்தாடா லகி டுவா ரிங்கி கசி. வேணுமா தடாக்கா?" மேலும் இரண்டு டாலர் தருவதாகச் சொன்னார். சீனன் அசையவில்லை.

வானாயீனா திரும்பிப் படிக்கட்டை நோக்கி நடந்தார். சீன மொழியில் வைதுகொண்டே பின்தொடர்ந்த ரிக்ஷாக்காரன் கையை நீட்டினான். டாலர் நோட்டுகள் மூன்றைக் கொடுத்தார். வாங்கிப் பைக்குள் போட்டுக்கொண்டவன், முனங்கியவாறு திரும்பிப் போய்க் கீழே கிடந்த நோட்டுகளைப் பொறுக்கினான். பிறகு கிழக்கு முகமாக வண்டியை இழுத்துக்கொண்டு ஓடலானான்.

★ வெள்ளி - மலேயா டாலர்.

வயிரமுத்துப் பிள்ளை படிக்கட்டில் ஏறிப்போய்க் கதவைத் தட்டினார். "பேய், கருப்பா!"

உள்ளே காலடி ஒலியும் தாழ்ப்பாள் நீக்கப்படும் ஓசையும் கேட்டது. கதவைத் தள்ளிக்கொண்டு உள்ளே சென்றார். மரகதம் மீண்டும் கதவுக்குத் தாழ் போட்டாள்.

"ஏம்மா, அந்தத் தடிப்பய எங்க? ஒங்காத்தா எங்க தொலைஞ்சா?"

"அம்மா குளிக்கிதப்பா. கருப்பையாண்ணன் மார்க்கெட்டுக்குப் போயிருக்காரு."

"காலங் கிடக்கிற கிடையில நீ எதுக்குக் கதவைத் தொறக்கிற? ஒங்க ஆத்தாளை வந்து தொறக்கச் சொன்னா என்ன?"

"அம்மா குளிக்கிதப்பா."

"ஆமா, குளிச்சிக் கிழிச்சுப்பிட்டா. காலங் கெடக்கிற கெடையில சின்னப் பொண்ணு எச்சரிக்கையாயிருக்கணும். முந்தாநா, அக்கரையில் இப்படித்தான் ஒரு வங்காளிப் பொண்ணு கதவைத் திறந்திருக்கு. ம்ம்... காலஞ் சரியில்லையம்மா, காலஞ் சரியில்லை. ஒங்களை ஊர்லகொண்டுபோய்ச் சேர்த்தாத்தான் எனக்குக் கவலை தீரும்." அன்பு ததும்பும் கண்களுடன் மகளைப் பார்த்தார்.

"இந்தாம்மா பிரசாதம்."

மரகதம் இரண்டு கைகளாலும் பிரசாதத்தை வாங்கிக் கண்ணில் ஒற்றிக்கொண்டு உள்ளே போனாள்.

சாய்மான நாற்காலியில் போய் உட்கார்ந்த வானாயீனா, இடது கையால் நெற்றியை வருடியவாறு முகட்டைப் பார்வையிட்டார். 'இந்தச் சனியன் பிடிச்ச பயக சண்டை எப்ப முடியும்? என்னைக்கிக் கப்பல்விட்டு ஊர்போய்ச் சேருகிறது? இந்தப் பய செல்லையா இங்கின இருந்தாக்கா, கூடமாட எம்புட்டு ஒத்தாசையா இருக்கும்... மயித்த கழுதையக போயிட்டுப் போகுதின்னால், இவனும் பட்டாளத்துக்குப் போறமுனு போயிட்டானே. என்ன மெல்லாம் நினைச்சிருந்தம். ம்ம்! பெரிய பட்டாளத்து நாயக்கர் மகன்னி நெனச்சிருக்கான். தறுதலைப் பய. அன்னக்கி வீட்டுக்கு வந்த பய நம்மளைப் பார்த்துவிட்டுப் போவமுனு நெனைக்யலையே. மட்டு மரியாதையில்லாத பய. ஊர்ல சுத்திக்கினு திரிஞ்ச கழுதையைக் கூட்டியாந்து ஆளாக்கிவிடுவோம், நம்ம சாதி சனமாயிருக்கான்னு நாம நினைச்சம்.'

மூடியிருந்த கண்களை இடக்கை விரல்கள் வருடின! 'இந்த சண்டை சாடிக்கையெல்லாம் எப்ப ஒழியப் போவுது?' வருசக் கடோசிக்குள்ள சண்டை முடிஞ்சிறுமுனு மாணிக்கம் பய சொல்றானே... அது ஒரு தறுதலை. மட்டு மரியாதையிங்கிறது நறுவுசாய் இல்லை.

அப்பனுக்குப் பிள்ளை இப்படி வந்து பிறந்திருக்கு... பெரிய தொரை மகனாட்டம் டவுசரும் தொப்பியும்... ஆளுகளை மிரட்டுறதும்... நாளைக்கி அவுக பாட்டன் வெள்ளைக்காரன் வந்திருவானே, பழையபடி தோட்டத்தில் வேலை கொடுப்பானா... கருக்கிடை இல்லாத பயக...!

செவல்பட்டி சிவலிங்க பண்டாரத்தின் ஏகப் புதல்வனாகப் பிறந்த வயிரமுத்துப் பிள்ளை பதின்மூன்றாவது வயதில் கோட்டையூர் சா. முரு. பழ. முரு. மார்க்காவின் ★மாந்தலை கடைக்குப் பெட்டியடிப் பையனாகப் போய்ச் சேர்ந்தார். மேலாள் செட்டியாருக்கு எச்சில் பணிக்கம் எடுத்து வைப்பது, வேட்டி துவைப்பது, சமையலாள் இல்லாத நேரங்களில் கால் அமுக்குவது, பெட்டியடியைத் துடைத்துத் துப்புரவு செய்து கருக்கலில் எழுந்து குளித்துவிட்டுத் திருப்புகழ் பாடுவது முதலிய வேலைகளுடன் தொடங்கிய அவருடைய அக்கரைச்சீமை வாழ்க்கை, வழக்கமான பாதையில், தங்கு தடையின்றி, ஜப்பான் சண்டை வரையும் ஒரே சீராய் முன்னேறிக் கொண்டிருந்தது.

வயிரமுத்து ஐந்தாண்டுக் காலம் பெட்டியடிக்கு இருந்துவிட்டு ஊர் திரும்பினான். கஞ்சிப் பசையுடன் சலவையான கெண்டை வேட்டிக்குமேல் 'ஐயாயிரம்' பட்டுச்சட்டை. கழுத்தில் தொங்கிய கெவிடும், காதிலிருந்த வெள்ளைக் கல் கடுக்கனும், வலக்கைச் சங்கிலியோடு விரல்களில் மின்னிய மோதிரங்களோடும் சேர்ந்து பையனைத் தூக்கிக் காட்டின. இவை தவிர, அவன் கொண்டு வந்த 'ரெங்கோன் மரவை'களும் சீமை ரொட்டிப் பெட்டிகளும் துணிமணி களும் ஏராளம். அவன் பெயரில் வட்டிபோட்டு வரவாகியிருந்த தொகையும் கடையில் இருந்தது. மூன்று மாத காலம் பெற்றோரையும் உற்றார் உறவினர்களையும் மகிழ்வித்துவிட்டு, மறுபடியும் பர்மா டாப்புக்குப் பயணமானான் வயிரமுத்து. இந்தத் தடவை அடுத்த மூன்று வருடத்துக்குச் சம்பளம் 'எச்செலவும் நீக்கிப் ★★பூவராகன் 251, சா. முரு. பழ. முரு. மார்க்காவில் அதற்கு முன் யாரும் 18 வயதில் அடுத்தாளாகக் கொண்டுவிற்றதில்லை. பையனுக்குச் சரியான இடத்தில் மச்சம் விழுந்திருக்கிறதென்று கிட்டங்கியில் உள்ளவர்கள் பேசிக்கொண்டனர். வட்டிச் சிட்டை போடுவதிலும், ஐந்தொகை எடுப்பதிலும், புள்ளி களிடம் இம்மி பிசகாமல் வட்டியைக் கறப்பதிலும் வயிரமுத்து காட்டிய திறமை, மேலாள் செட்டியாரையும் பெரிய அடுத்தாள் 'அத்தறதி' முத்துக் கருப்ப பிள்ளையையும் வெகுவாகக் கவர்ந்து விட்டது.

★ மாந்தலை - பர்மாவில் உள்ள மாண்டலே நகர்.

★★ பூவராகன் - மூன்றரை ரூபாய்.

மூன்றாண்டுகள் கழித்து, சூராதிசூரன் என்ற பெயருடனும் கைநிறையப் பணத்துடனும் வயிரமுத்து ஊர் திரும்பினான். கோட்டையூரில் முதலாளி மூனாரூனாவே அவனை நேரில் அழைத்துக் கிட்டத்தில் இருக்க வைத்து மாந்தலைக் கடை நிலவரம் பற்றி அரை மணி நேரம் பேசிக்கொண்டிருந்தார் என்றால் வேறென்ன சொல்ல வேண்டும்!

வயிரமுத்துவின் தந்தை சிவலிங்க பண்டாரமும் தாய் பெருமாயி அம்மாளும் மகனுக்குத் திருமணம் செய்து கண்குளிரக் காண விரும்பினார்கள். பெண் கொடுக்க வந்தவர்களின் தொகை கணக்கில் அடங்காது. பெரிய மார்க்காவில் அடுத்தாளாகக் கொண்டுவிற்று, சாமானுக்கும் பெருந்தொகை வாங்கி வந்தவன் அல்லவா, வயிரமுத்து!

இன்னொரு கணக்குப் போய்விட்டு வந்துதான் திருமணம் என்று வயிரமுத்து ஒரேயடியாகச் சொல்லிவிட்டான். ஐந்தாவது மாதத்தில் பூவராகன் 651 எனச் சம்பளம் பேசிக்கொண்டு கப்பல் ஏறினான். இந்தத் தடவை மலாய் டாப்புக்கு. பினாங்குக் கடைக்குச் சரியான அடுத்தாள் வேண்டுமென்று மூனாரூனாவுக்குக் கடிதத்துக்குமேல் கடிதம் வந்துகொண்டிருந்தது. வயிரமுத்துவே தோதான ஆள் என்று அவர் முடிவு செய்தார்.

வயிரமுத்து பினாங்குக் கடையில் மூன்றாண்டுக் காலம் நற்பெயருடன் கொண்டுவிற்றுவிட்டு ஊர் திரும்பினான். நாலாவது மாதத்தில் அவனுக்கும் நச்சாந்துபட்டி பழனிச்சாமி பண்டாரத்தின் மகள் செல்வி காமாட்சிக்கும் சீரும்சிறப்புமாய்த் திருமணம் நடந்தேறியது. பிறகு, ஓராண்டுக் காலம் இல்லறம் நடத்திவிட்டு, மறுபடியும் பினாங்குக் கடையில் கொண்டுவிற்கக் கிளம்பினான். இந்தக் கணக்குக்குச் சம்பளம் பூவராகன் 851. வயிரமுத்து நாகப் பட்டினத்தில், கப்பலேறியபோது காமாட்சிக்கு நிறைசூல். கணக்கை முடித்துக்கொண்டு ஊர் திரும்பினபோது, மூன்று வயதுமகன் முருகேசன் குதியாட்டம் போட்டு வீட்டை அதிரடித்துக் கொண்டிருந்தான்.

வயிரமுத்துவின் கொண்டுவேலை செட்டியாருக்குப் பெருமகிழ்ச் சியைக் கொடுத்தது. மேலாள்முதல் சமையலாள் வரை எல்லோரும் அவனுடைய திறமையைப் போற்றிப் புகழ்ந்தனர். செட்டியார் யோசித்தார். ‘மூவாருக்கு அம்புட்டும் உருப்படாத பயகளாப் போயிக் கடையக் கழுதைப் புரட்டாக்கிப்பிட்டாங்யளே... இந்தப் பயலை மேலாளுக்கு அனுப்பிச்சிப் பார்த்தால் என்ன... வயசு காணாது. நம்ம ஆளுகளும் கர்ருபுர்ரும்பாக, ம்ம், இருக்கட்டும், அனுப்பிச்சிப் பார்ப்பம்....’

செவல்பட்டி சிவலிங்க பண்டாரத்தின் மகன் வயிரமுத்து 'நேத்துப் பயல்' கோட்டையூர் சா.முரு. பழ. முரு. மார்க்கா மூவார் கடைக்கு மேலாளாகக் கொண்டுவிற்கப் போனது மலேயா லேவாதேவி உலகத்தையே ஒரு குலுக்கிக் குலுக்கிவிட்டது. "என்ன சூரனாயிருந் தாத்தான் என்னங்கிறேன், நேத்துப் பய! என்னயிருந்தாலும் மூனாரூனா இப்படிப் புது மாதிரியாய்..."

வயிரமுத்து கப்பலேறின வேளையோ என்னவோ, ரப்பர் விலை மளமளவென்று ஏறியது. அத்துடன் போட்டி போட்டுக்கொண்டு ஆதாய வரவு ஏடும் விரிந்தது. இதற்கிடையே, தலைமகன் முருகேசன் காய்ச்சலில் மாண்டு போனான் என்று தந்தி வந்தது... "ஏதோ, கொடுத்து வைச்சது அம்புட்டுதான். அதது தலையெழுத்துப்படி நடக்குது." பிள்ளையவர்கள் முன்னிலும் மும்முரமாகத் தொழிலைக் கவனித்தார். மூன்று ஆண்டுகள் கழித்து, புது மேலாளாகக் 'கத்தரிக்காய்' குமரப்ப செட்டியார் வந்துசேர்ந்தார். கணக்கை முடித்துப் பார்த்ததும், எல்லாரும் மூக்கில் விரலை வைத்தார்கள். அந்தக் கணக்கில் அவ்வளவு ஆதாயம்! மூவார் கடையில் அப்படி மிச்சம் கட்டமுடியுமென்று யாரும் எதிர்பார்க்க வில்லை.

நாகப்பட்டினத்தில் இறங்கிய வயிரமுத்துப் பிள்ளை வழக்க முறைப்படி நேரே கோட்டையூருக்குப் புறப்பட்டார். வழியில் 'கொண்டுவிற்றது போதும், இனிமேல் சொந்தத்தில் தொழில் நடத்த வேண்டியதுதான்' என்று அவர் மனம் தீர்மானித்துவிட்டது.

மேல்துண்டை இடுப்பில் கட்டிக்கொண்டு முதலாளியின் காலில் நெடுஞ்சாண் கிடையாக விழுந்து கும்பிட்டார். எழுந்திருக்கச் சொல்லி, வழக்கம்போல் கப்பல் பயணம் பற்றி ஆதரவாக விசாரித்தார் முதலாளி.

மேலாள் தனது ஆவலை அடக்க ஒடுக்கமாக வெளியிட்டார். மூனாரூனா ஒரு நிமிஷம் ஒன்றும் பேசாமல், மேலாளின் முகத்தை உற்றுநோக்கினார். 'ம்ம், சூட்டிகையான பயல். மூவார் கடையிலயே இப்படி மிச்சம் கட்ற பயல் எத்தினி நாளைக்கிக் கொண்டுவித்துக்கினே இருக்கப் போறான். நம்மகிட்ட விசுவாசமாயிருந்த பய. நம்மளை வச்சு மேல வந்ததாயிருக்கட்டும்...'

"ம்ம். நல்லாச் செய்யி. பத்து வெள்ளி வரைக்கி நடப்புல கொடுத்து வாங்கச் சொல்லி எழுதுறேன். மேக்கொண்டு வேணுமுனாக்கா எழுது. தோது போல செய்துக்கிடலாம். தண்டாயுதபாணி கிருபையில எல்லாம் நல்லபடியா நடக்கும், ம்ம்."

'கோடையிடியன்' என்ற பட்டம் பெற்ற கோட்டையூர் மூனாரூனாவின் அளவிட முடியாத உதவி வயிரமுத்துப் பிள்ளைக்குக்

கிடைத்துவிட்டது. பத்து வெள்ளி என்ற பத்தாயிரம் டாலர் உதவி, பினாங் ஆ.சி. வயி. வயிரமுத்துப் பிள்ளை லேவாதேவிக் கடையின் தேவைக்கேற்பக் கூடிக் குறைந்துகொண்டிருந்தது.

வானாயீனா மார்க்காவில் டாலர் மழை பொழியத் தொடங்கிய பின், வானாயீனா முதலாளி ஊரில் ஒரு வருடமும் மலேயாவில் ஒரு வருடமுமாகக் காலம் கழித்து வந்தார். பிஞ்சில் உதிர்ந்த தலைமகனுக்குப் பிறகு, மூன்று புதல்வர்களும் கடைக்குட்டியாக மரகதவல்லி என்ற புதல்வியும் பிறந்தார்கள். அவர்களில் சுந்தரலிங்கமும் சிவலிங்கமும் ஒரே நாளில் வைசூரிக்குப் பலியாகிவிட்டனர். மிஞ்சிய ஒரே புதல்வனான வடிவேலை - காமாட்சியம்மாளின் புலம்பலைச் சட்டை செய்யாமல் - பினாங்குக்கு அழைத்துப் போய்ப் படிக்க வைத்திருந்தார் பிள்ளையவர்கள். பள்ளிப் படிப்புடன் தொழில் முறையையும் சிறு வயதிலிருந்தே கற்றுக்கொள்ள வேண்டும் என்பது அவர் விருப்பம்.

பணம்கொழிக்கும் மலேயாவை, ஒருமுறை பார்க்க வேண்டும் என்று காமாட்சியம்மாள் துடித்துக்கொண்டிருந்தார். அந்தச் சாக்கில் அருமை மகன் வடிவேலுவின் பக்கத்தில் போய் இருக்க வேண்டும் என்பதே அம்மையாரின் உள்நோக்கம். சீமையில் நடந்த சண்டை மலேயாவுக்கு வந்துவிடலாமென்று கணவர் பயமுறுத்தினார். “அப்ப என் மகனை ஏன் அங்கெ வச்சிருக்குறியக. இப்பவே போயிக் கூட்டியாங்க!” என்று காமாட்சியம்மாள் கதறினார்.

பரீட்சை எழுதப்போகும் சமயத்தில் மகனின் படிப்பைக் குலைப்பதற்கு வானாயீனா இணங்கவில்லை. ‘வெள்ளைக்காரன்கிட்ட மோதுறதுக்கு ஜப்பான்காரப் பயலுக்குக் கிறுக்குப் பிடிச்சிருக்கா, என்ன’ என்று மனதைத் தேற்றிக்கொண்டு மனைவியுடனும் மகளுடனும் பினாங் போய்ச் சேர்ந்தார். வடிவேலின் பரீட்சை முடியும் வரையில் குடும்பத்தார் தங்கியிருப்பதற்காக டத்தோ கிராமட் சாலையில் ஒரு வீட்டையும் அமர்த்தினார்.

1941 டிசம்பர் 7 இல் ஜெனரல் தொமயூக்கி யாமஷித்தாவின் படைகள் வடக்கிலிருந்து மலேயாவுக்குள் பாய்ந்தன. 11 ஆம் தேதி பினாங் நகரம் ஜப்பானிய விமானங்களின் குண்டு வீச்சுக்கு உள்ளாயிற்று. பினாங் மக்கள் முதன் முறையாக ஜப்பானியக் குள்ளர்களின் கைவரிசையைக் கண்டனர். கண்டவர்களில் சிலர் மண்ணோடு மண்ணாகிவிட்டார்கள். அவர்களில் ஒருவன் வானாயீனாவின் ஏகபுத்திரன் வடிவேல்.

அரும்பாடுபட்டு வளர்த்த தொழில் சீர்குலைந்துவிட்டதே என்றுகூட வானாயீனாவுக்குக் கவலை இல்லை. மதுரைக் கீழமாசி

வீதியில் கடைகளாகவும், பெரியாற்றுப் பாசனத்தில் வயல்களாகவும் நான்கு லட்ச ரூபாய் சொத்துக்கள்இருந்தன. 6 ஆம் தேதி சாட்டர் வங்கியில் எடுத்த ரொக்கம் 22 ஆயிரம் டாலர் கைவசம் இருந்தது. இருந்து என்ன செய்ய? வடிவேலை இழந்துவிட்டோமே, மகளையும் மனைவியையும் யுத்த காலத்தில் இங்கு அழைத்து வந்தோமே என்ற கவலை அவரை உள்ளும்புறமும் அரித்துக் கொண்டிருந்தது. பிள்ளையவர்கள் பித்துப்பிடித்தவர்போல் சாய்மான நாற்காலியில் அமர்ந்திருப்பதும், காமாட்சியம்மாளும் மரகதமும் புலம்பி அழுவதும் வெகுநாள் நீடித்தது.

பிரிட்டிஷ் ராணுவம், பிப்ரவரி 15 இல் ஜெனரல் யாமஷித்தாவிடம் அடி பணிந்தது. மலேயா முழுவதிலும் டாய் நிப்பன் கொடி பறக்கலாயிற்று. செட்டி தெரு என்ற பினாங் ஸ்ட்ரீட் அடியோடு மாறிவிட்டது. அடுத்தாள்களில் பலர் நேத்தாஜியின் இந்திய தேசிய ராணுவத்தில் சேர்ந்துவிட்டனர். வழக்கமான 'லவுண்டர்' வாடைக்குப் பதிலாகப் பலசரக்கு மணம் கமழத் தொடங்கிற்று. வெல்வெட் திண்டுகளை அணைத்தவாறு முதலாளிகள் புரண்டெழுந்த பளிங்குத் திண்ணைகளில் மிளகாய், புளி மூட்டைகள் அடுக்கப்பட்டிருந்தன. "என்ன வட்டி?" என்ற ஓயாத கேள்வி, "என்ன விலை?" என்று மாறிவிட்டது. மேல்துண்டை எடுத்துக் கையில் பிடித்தபடி முதுகைக் கூனிக்கொண்டு, சொற்களை எடைபோட்டுப் பேசும் அடுத்தாட்கள், இப்பொழுது சராய்ப் பைக்குள் கையைத் திணித்தவாறு நெஞ்சை நிமிர்த்தி உறுமுகிறார்கள்...

லேவாதேவித் தொழில் நின்றுவிட்டதற்காகத் தன்னை நம்பி அக்கரைச் சீமைக்கு வந்த 'பிள்ளை'களை நடுத்தெருவில் விட்டு விடலாம் என்ற எண்ணம் வானாயீனா மனதில் ஒருபோதும் உதிக்கவில்லை. யுத்தம் முடியும் வரையில் காமா சோமா என்று காலத்தைக் கடத்திவிட்டால், பிறகு பெற்றோரிடம் பிள்ளைகளை ஒப்படைத்துவிடலாம் என்று நினைத்திருந்தார். நிலைமை சிறிது தெளிவடைந்ததும், பற்றுவரவுப் புள்ளி சுவாட்லின் மாறலில் சுமத்ரா தீவிலிருந்து தேயிலை, சாம்பிராணி, புகையிலை முதலிய பண்டங்களை வரவழைத்து. செட்டிதெருக் கிட்டங்கியிலேயே வைத்து வியாபாரம் செய்யலானார்.

பையன்களில் சிலர் நேதாஜி படையில் சேர்ந்துவிட்டார்கள். சிலர் சொந்த வியாபாரம் செய்வதற்காக விலகிச் சென்றனர். கடைசியில், 'கூதறைகளான' மேலாள் சின்னையா பிள்ளையும், அடுத்தாள் நாகலிங்கமுமே மிஞ்சினார்கள். மற்றவர்கள் போனதைக் கூடப் பிள்ளையவர்கள் அவ்வளவாகச் சட்டை செய்யவில்லை. செல்லையா

போனதுதான் வருத்தமாக இருந்தது; அவனை முன்னேற்றி மருமகனாக்கிக்கொள்ள வேண்டும் என்று எண்ணியிருந்தார்.

வானாயீனா கண்ணைத் திறந்து சுற்றுமுற்றும் பார்த்தார்.

"ஏய் காமாட்சி! என்ன, சாப்பிடலாமா?"

"இந்தா, ஒரு நிமிஷம், நீங்ய கால் மொகத்தைக் கழுவுங்க."

"வேல் மயிலம்! முருகா" எழுந்து கதவுத் தாழ்ப்பாளைக் கூர்ந்து பார்த்துவிட்டு உள்ளே நடந்தார்.

5. மாணிக்கம்

பினாங் போலீஸ் மாளிகைக்குத் தெற்கே, கிம்பர்லி தெருவிலுள்ள நான்யாங் ஹோட்டலில் வாசல்களும் ஜன்னல்களும் இறுக்கி மூடப்பட்டிருந்தன. பின்புற வாசலை அடுத்திருந்த மாடிப்படிக்கட்டு ஓரத்தில், மேசை மீது மண்ணெண்ணெய் விளக்கு மங்கலாக எரிந்தது. அருகே கிடந்த மூங்கில் முக்காலியில் லிங்வான், கண்மூடி அமர்ந்திருந்தான். நாடியை உள்ளங்கையால் தாங்கியவாறு முழங்கைகள் மேசையில் ஊன்றி நின்றன. வாயில் ஏதோ ஒரு நாற்றம் பிடித்த சிகரெட் புகைந்தது. இடையிடையே, திடுக்கிட்டவன் போல் கண்களை விழித்துச் சுற்றுமுற்றும் பார்த்தான். அதோடு, சிகரெட்டை வலக்கையில் எடுத்துக்கொண்டு, காறித் தரையில்துப்பிக் காலால் தேய்த்துவிட்டான். பிறகு வாயில் சிகரெட் ஏறியதும் பழையபடி கண்கள் மூடின.

பழக்கமான குரல்கள் கூப்பிடுவது கேட்டால், மின்னல் வேகத்தில் பாய்ந்து சென்று கதவைத் திறந்துவிட்டு, மறுபடியும் அதே வேகத்தில் மூடுவான். பிறகு, வழக்கமான வரவேற்புரை; "தபே, துவான், என்ன வெகுநாளாய்க் காணோமே?" நான்யாங் ஹோட்டல் தோன்றி 28 ஆண்டுகள் முடிந்துவிட்டன. இரவும் பகலும் கதவைத் திறந்து வைத்துச் சளவளவென்று தொழில் நடத்திய காலத்திலும் சரி, இந்த இருட்டடிப்புக் காலத்திலும் சரி, பின்வாசல் வழியாக மாடிக்குப் போன தமிழர்களின் தொகை கணக்கில் அடங்காது. தார்மடி வேட்டியும் மழித்த தலையுமாய் வந்து சைகை காட்டியவர்கள், தட்டு வேட்டியும் வெட்டுக் குடுமியுமாய் வந்து பதுங்கியவர்கள், சராயும் தொப்பியுமாய் வந்து கலவரம் செய்தவர்கள், தட்டுத்தடுமாறிப் படியேறி வந்து வாந்தி எடுத்தவர்கள்; இப்படி எத்தனை எத்தனையோ ஆட்கள்!

லிங்வான், வாயில் புகைந்த சிகரெட்டைத் துப்பிவிட்டு, கால்களைத் தூக்கி மேசைமேல் வைத்தான். மூக்கிலிருந்து மெல்லிய குறட்டை ஒலி கிளம்பியது.

"லிங்வான்!" காதில் அடிப்பதுபோல் வெளியிலிருந்து குரல் வந்தது. முக்கி முனங்கிக்கொண்டே எழுந்து போய்க் கதவைத்திறந்தான்.

'ஆஅஅ! தபே, துவான், தபே. தபே" தலையைச் சொறிந்து நின்றான்.

மாணிக்கம் சட்டைப் பைக்குள் கையைவிட்டு, சிகரெட் பெட்டியை எடுத்து ஐந்தாறு சிகரெட்டுகளை உருவி நீட்டினான். லிங்வான் இடதுகையால் வாங்கிக்கொண்டு நன்றி கூறினான்: "திலிமா கசி துவான் பாஞூ திலிமா கசி."

மாணிக்கம் நெருங்கிச் சென்று, வலது கையை உயர்த்தி மாடியைச் சுட்டினான். மாடியில் இருந்தவர்கள் பற்றி விவரமாகத் தகவல் ஒப்பித்தான் லிங்வான். அவன் கையில் 5 டாலர் நோட்டு ஒன்றைத் திணித்துவிட்டு, மாணிக்கம் படிக்கட்டில் ஏறினான்.

மாடி ஹாலில் உடைந்த மேசை ஒன்றின் மீது சுருண்டு கிடந்த ஹோட்டல் முதலாளி பாஞ்சாங், காலடி ஒலியைக் கேட்டுக் கண்ணைத் திறந்தான். "தபே, துவான், தபே" குதித்து நின்றான்.

தெற்கு வடக்காகவும் கிழக்குமேற்காகவும் சென்ற இடை வழியில் மாணிக்கம் மெதுவாக நடக்கலானான். இருபுறமும் வரிசையாக இருந்த பலகைச்சுவர் அறைகளில் பேச்சரவமும் சிரிப்பொலியும் கேட்டது. கதவு சரியாய் மூடப்படாதிருந்த சில அறைகளுக்குள் மங்கலான அலங்கோலக் காட்சிகள் தென்பட்டன. மேற்குக் கடைசியில், முகமூடி போட்ட விளக்கின் கீழே பளிங்கு பதித்த வட்ட மேசை கிடந்தது. சுற்றி உட்கார்ந்திருந்த ஆண்களும் பெண்களும் அயர்ந்த கண்களுடன் உளறிக்கொண்டிருந்தனர். புதிய ஆளைக் கண்டதும் சிறிது நேரம் மேசையைச் சுற்றி அமைதி நிலவியது, பெண்களின் தோள்கள் நெளிந்தன; கண்களும் உதடுகளும் வழக்கமான குறிப்பைத் தெரிவித்துக் குழைந்தன. பயனில்லை. மீண்டும் உளறல் தொடங்கியது.

காலியாயிருந்த மூன்றாம் நம்பர் அறையை, பாஞ்சாங்கின் நேரடி மேற்பார்வையில் பையன் சுத்தம் செய்த பிறகு, மாணிக்கம் உள்ளே நுழைந்து, படிக்கட்டுப் பார்வையாய் நாற்காலியில் உட்கார்ந்தான். காப்பி ஓ - பால் கலக்காத காப்பி - கொண்டுவரும்படி கட்டளை பிறந்தது. பாஞ்சாங்கும் பையனும் வெளியே விரைந்தார்கள்.

ஐந்தாம் நம்பர் அறையில் மாத வாடகைக்கு இருந்த ஜீனம் திடுமென உள்ளே நுழைந்து, மாணிக்கத்தின் கன்னங்களை வருடினாள்.

'சாயா பூஞா சிந்தா!" தொண்டையிலிருந்து ஆசைக் குரல் கிளம்பியது.

"போ வெளியே" உறுமினான்.

கண்களில் ஏக்கமும் அச்சமும் கூடி ஒளி வீச, அவனைப் பரிதாபமாகப் பார்த்தாள் ஜீனம். பிறகு, உதட்டைப் பிதுக்கித் தோளைக் குலுக்கியவாறு அழுத்தமான காலடி ஓசையுடன் வெளியேறினாள்.

"கோபால் வந்தானா?"

"கோப்லா... இல்லே."

"கோப்லா மரி கலுசீனி பாவா." கோபால் வந்ததும் அழைத்து வரும்படி தெரிவித்தான்.

"பாய்க் துவான்" பாஞ்சாங் திருப்பி நடந்தான்.

தலையிலிருந்த தொப்பியை எடுத்து மேசைமேல் வைத்த மாணிக்கம், காலை நீட்டிச் சாய்ந்தான். இடது கை தலை முடியைக் கோதிற்று. வலது கையில் சிகரெட் புகைந்தது. பாதி மூடிய கண்களின் பார்வை படிக்கட்டின் மீது பதிந்து நின்றது.

ஆண்களும் பெண்களும் - தமிழர், சீனர், மலாய்க்காரர் - ஏறினார்கள்; இறங்கினார்கள். அறைகளுக்குள்ளிருந்து, நடித்தெழும் அவசக் குரல்களும், அதிருப்தியைக் காட்டும் கோபக் குரல்களும் கிளம்பி வந்தன...

மாணிக்கத்துக்கு 24 வயது நடந்துகொண்டிருந்தது. ஒல்லியாய் வளர்ந்திருந்த பொதுநிற உடல், நரம்புக் கட்டுடன் திரண்டிருந்தது. விரிந்த நெற்றிக்கு மேல், கரிய முடி தலையோடு ஒட்டி சீவப்பட்டிருந்தது. தடித்த உதடுகள் சிகரெட் புகையால் கருத்திருந்தன. அவனை அழகன் என்று சொல்ல முடியாது. ஆனால், கவர்ச்சி குறித்து ஐயமே இல்லை. போகிற போக்கில் ஒருமுறை பார்த்தவர் "இவன் யார்?" என்று கேள்விக்குறியுடன் இரண்டாவது முறை திரும்பிப் பார்க்குமாறு செய்யக்கூடியது அவனுடைய கம்பீரமான தோற்றம்.

சுங்குரும்பை என்ற புக்கித் மெர்த்தாஜத்தில் சில்லறையாக லேவாதேவித் தொழில் நடத்தி வந்த சருகணி சுப்பையாபிள்ளை என்ற சுப்பையா கோனாரின் தலைமகன் மாணிக்கம். அவனை மலேயாவுக்கு அழைத்து வந்து, முதலில் சுங்குரும்பையிலும் பிறகு பினாங் நகரிலும் படிக்கவைத்தார் சுப்பையாபிள்ளை. பினாங்கில் படித்தபோது, வானாயீனா மார்க்கா கடையில் உண்டிக்கும் உறைவிடத்திற்கும் ஏற்பாடு செய்திருந்தார். பையன் சீனியர் கேம்பிரிட்ஜ் பரீட்சை தேறியதும், அவனை சா.ராம. மார்க்காவில் சேர்த்து ஆளாக்கிவிட

வேண்டுமென்று தந்தை விரும்பினார். ஆனால், பையனுக்கோ வட்டித்தொழில் வேம்பாகக் கசந்தது. தந்தை என்னென்னவோ சொல்லிப் பார்த்தார். மகன் மசியவில்லை. கடைசியில், லாயர் வன்னியசிங்கம் சிபாரிசினால் தானோமேரா தோட்டத்தில் கிராணி வேலை கிடைத்தது.

ஜப்பானியப் போர் தொடங்குவதற்கு இரண்டு வாரம் முன்னால், மூன்று மாதத்தில் திரும்பும் நோக்கத்துடன் கப்பலேறிய சுப்பையா பிள்ளை, யுத்தம் காரணமாகத் திரும்ப முடியாமல் போயிற்று.

இந்திய தேசிய ராணுவத்தில் சேர்ந்த மாணிக்கம், சிங்கப்பூர் ஆபீசர்ஸ் ட்ரெய்னிங் ஸ்கூலில் பயிற்சி பெற்றான். இரண்டு கைகளிலும் பிஸ்டல்களைப் பிடித்து ஏக காலத்தில் வெவ்வேறு குறிகளைச் சுடுவதில் வல்லவனாய் விளங்கிய அவனுக்கு, அங்கே தான் 'இரட்டைக் கையன்' என்ற பட்டப் பெயர் கிடைத்தது. 7 ஆவது கொரில்லா ரெஜிமென்டில் சிறிது காலம் சேவை செய்தபின், செக்யூரிட்டி சர்வீஸ் அதிகாரியாக பினாங் பகுதிக்கு மாற்றப்பட்டிருந்தான்.

கடிகாரத்தைப் பார்த்தான். அரைமணி நேரம் ஆகிவிட்டது. இந்தப் பயலை இன்னும் காணோமே. யுத்தம் நின்று நான்கு நாளாகியும் எவ்வித உத்தரவுமில்லை. நேதாஜி எங்கிருக்கிறாரென்று தெரியாது. நாளைக்கு ஈப்போவில் கூட்டம். என்ன முடிவு செய்யலாம்...?

கோபாலும் மலாய்க்காரி ஒருத்தியும் ஒருவர்மேல் ஒருவர் உராய்ந்தவாறு படிக்கட்டில் ஏறி வந்தார்கள். பொன்னையாவும் இன்னொரு மலாய்க்காரியும் பின்தொடர்ந்தனர்.

மல்லிகைப் பூவும் மலிவு விலை அத்தர் மணமும் கலந்த வாடை மூக்கைத் துளைத்தது. மாணிக்கம் கைக்குட்டையை எடுத்து மூக்கின்மேல் வைத்து மூடினான். வந்தவர்கள் படிக்கட்டுத் தலைப்பை அடைந்தனர். கோபாலிடம் மூன்றாம் நம்பர் அறையைச் சுட்டிக் காட்டி மாணிக்கம் கூப்பிட்டதாகத் தெரிவித்தான் பாஞ்சாங். மங்கையின் தோள்மீதிருந்த பொன்னையாவின் கை கீழிறங்கியது. கோபால் ஏதோ சொன்னான். பொன்னையாவும் மலாய்க்காரிகளும் அந்தப்புரத்தை - பின்புறம் தனியே இருந்த பெரிய அறையை - நோக்கி நடந்தார்கள்.

"ஜே ஹிந்த், லெப்டினன்ட்!" கண்களை மேலேற்றி, உதட்டைத் துருத்தி முறுவல் பூத்தவாறு வந்து உட்கார்ந்தான் கோபால்.

"நீ ஏன் இன்னும் ஓடி ஒளியவில்லை? கெம்பித்தாய் ஆட்களைத் தீர்த்துக் கட்டுவதுதான் சின்பெங்கின் முதல்வேலை."

"பினாங்கை விட்டுப் போக மனம் வரவில்லையே...! முதல் தேதிதான் மவுண்ட் பேட்டன் வருகிறான்; பார்த்துக்கொள்ளலாம்." மேசைமேல் கிடந்த பெட்டியை எடுத்து, ஒரு சிகரெட்டை உருவிப் பற்ற வைத்தான். "உன்னை இன்று கட்டாயம் பார்க்க வேண்டுமென்று இச்சியாமா சொன்னான்."

"அவனை எப்பொழுது பார்த்தாய்?"

"எட்டு, எட்டரை மணி இருக்கும்."

"ஏதாவது முக்கிய விஷயமாக இருக்குமா, வெறுங்கதை பேசவா?"

"கதையா! சரண்டர் நாளிலிருந்து கோம்பை நாய்போல் எரிந்து விழுகிறான்."

"இப்பொழுது எங்கிருப்பான், நியூ பீச்சில் பார்க்கலாமா?"

"அங்குதான் வரச் சொன்னான். நேற்று என்னைத் தனியே அழைத்து, பிரிட்டிஷ் நோட்டாக 300 டாலர் கொடுத்தான்; எங்காவது அயலூரில் போய்க் கொஞ்ச நாள் தலைமறைவாயிருக்கும்படி யோசனை சொன்னான்."

"நல்ல யோசனை, ஐ.என்.ஏ. ஆட்கள் விஷயத்தில் சின்பெங் தலையிட மாட்டான் என்று தெரிகிறது. கெம்பித்தாய் விவகாரம் வேறு. வெறும் மொழிபெயர்ப்பு வேலை என்று என்னதான் சொன்னாலும் கேட்கமாட்டார்கள்... நேதாஜி எங்கிருக்கிறார், தகவல் உண்டா?"

"சிங்கப்பூரில் இருப்பதாக உள்ளூர் கெம்பித்தாய்க்குத் தகவல். ஆனால், நேற்று விமானப்படை கேப்டன் ஒருவன் வந்திருந்தான். நேதாஜியும் கர்னல் ஹபீபுர் ரஹ்மானும் பேங்காக்கில் இருக்கிறார்கள் என்றான். அதற்குமேல் கிண்ட முடியவில்லை."

"கோபால், நாளைக்கு ஈப்போவில் நம் ஆட்கள் கூட்டம்... நிலைமை படுமோசமாக இருக்கிறது. இன்று மட்டும் சுமார் இருநூறு கொரில்லாக்கள் பினாங்கில் இறங்கியிருக்கிறார்கள்."

"14 ஆம் தேதி முதல் சண்டையை நிறுத்தும்படி ஜப்பானிய ராணுவத்துக்கு உத்தரவு. அதேபோல் சின்பெங்குக்கும் தாக்கீது போயிருக்கிறதாம். இருந்தாலும், காட்டுப் பகுதிகளில் தொடர்ந்து மோதல் நடக்கிறது."

"முடிந்தவரையில் துப்பாக்கி சேர்ப்பதில் சின்பெங் முனைந்திருக்கிறான். நாளை ஈப்போ கூட்டத்துக்கு எல்லா முகாம்களில் இருந்தும்

பிரதிநிதிகள் வருகிறார்கள். இப்பொழுது முதல் வேலை, முகாம்களில் உள்ள நம் ஆட்களை வெளியேற்றிச் சட்டை மாற்றுவதுதான்... நீ நாளையே கோலாலம்பூருக்குப் புறப்படு. அங்கு கே.கே. ரேசனைப் பார். வேண்டிய உதவிகளைச் செய்வான்..."

"பினாங்கிலேயே இருந்தால் என்ன?"

"சீ, மடையா! முதல் தேதி என்னென்ன கூத்து நடக்கப்போகிறதோ, யார் கண்டது? வீண் சச்சரவுக்கு இடம் கொடுக்கக்கூடாது."

"சரி, நாளைக்கே புறப்படுகிறேன்." கோபால் எழுந்து, அறைக்குள் இங்குமங்குமாக நடந்துகொண்டிருந்தான். "ஜப்பானுக்கு இந்தக் கதி வரலாமா? அணுகுண்டு வீசியிராவிட்டால் இன்னும் நூறு வருஷம் சண்டை பிடிப்பார்களே!"

"அதெல்லாம் கதை. யுத்தம் நடத்த வெறும் வீரம் போதாது. எடுக்க எடுக்கக் குறையாத அளவில் ஆயுதத் தளவாடங்களும் பொருள் வளமும் தேவை."

"இருந்தாலும், இந்தக் கதி..."

பட்டுத் துணிச் சரசரப்புடன் கூடிய கால் நடை ஓசை காதில் விழுந்தது. மல்லிகை மணம் கிளம்பிற்று. கோபாலுடன் வந்த - வாட்டசாட்டமாய் திரண்டுருண்டு வளர்ந்திருந்த - மலாய்க்காரி அறைக்குள் நுழைந்து நின்றாள்; கண்கள் சுழன்றன. "ஆப்பா இனி, கிசுகிசு சக்காய்?" அழகிய வாயிலிருந்து இனிய நாதம் வந்தது.

மாணிக்கம் திரும்பினான். கண்கள் எரித்துவிடுபவை போல் மலாய்க்காரியை நோக்கின. கோபால் கையை ஆட்டி, வெளியே போகும்படி சைகை காட்டினான். வந்தவள் சில விநாடிகள் மாணிக்கத்தை நோட்டமிட்டாள். பிறகு, உதட்டை மடித்து அழகு காட்டிவிட்டு வெளியே நடந்தாள்.

"யாரிவள், புதிதாய்க் கிளம்பியவளோ?"

"பர்மா ரோட்டில் அகப்பட்டாள். புதுச்சரக்கு போல்தான் தெரிகிறது." "சரி சரி, இன்னும் கொஞ்ச நாளைக்கு இந்தச் சனியனெல்லாம் வேண்டாம்" எழுந்தான்.

"கோலாலம்பூர் சேர்ந்ததும் தகவல் அனுப்புகிறேன். ஜே ஹிந்த்."

கோபால் அந்தப்புரத்தை நோக்கி விரைந்தான்.

மாணிக்கம், அறையிலிருந்து வெளியேறிப் படிக்கட்டில் இறங்கினான். பாஞ்சாங் பின்தொடர்ந்தான்.

"எட்டாம் நம்பர் அறையில் யார்?"

"ஈப்போ சீன வியாபாரி. கூட இருப்பவள் கிலிங், மன்னிக்கவும் தமிழ்ப் பெண் கிழவி. பதினைந்து வருஷமாக இருவரும் வந்து கொண்டிருக்கிறார்கள். வியாபாரி நல்ல மனிதர். ஒரு வம்புக்கும் போகமாட்டார்."

"வயதான ஆளா?"

"முப்பது முப்பத்தைந்து வயது இருக்கும்."

"முகத்தில் அம்மைத் தழும்பு இருக்கிறதா?"

"இல்லை"

மாணிக்கம் வாசலை நோக்கி நடந்தான். லிங்வான் கதவைத் திறந்தான்.

தெருவில் இறங்கியவன், கெம்பித்தாய் மேஜர் கெனியோச்சி இச்சியாமாவைப் பார்க்க விரைந்தான்.

6. ஈப்போ கூட்டம்

ஈப்போ முகமது காசிம் பலசரக்குக் கடைக்குள் செல்லையா நுழைந்த போது மணி 9.20. நைந்துபோன மல்வேட்டி - வெள்ளைச் சட்டை - விபூதிப் பூச்சுக் கோலத்திலிருந்தவனை வாசலில் நின்ற பழனியப்பன் வரவேற்றான்.

"வாங்க சேனா. மாவன்னா இப்ப வந்திருவாக. நீங்க மேலே போயி இருங்க."

"அப்பச் சரி, நான் மேலே போயி உக்கார்ந்திருக்கேன்."

படிக்கட்டில் ஏறி, மாடியின் முன்புறப் பெரிய அறைக்குள் புகுந்தான்.

வலக்கோடியில் மேசைமீது உட்கார்ந்திருந்த நெல்சன் இலைப் பச்சை நிறக் கைலி கட்டி, சட்டையும் கோட்டும் அணிந்திருந்தான். தலையில் மலாய்த் தொப்பி. அடுத்திருந்த நாற்காலியில் கோலாலம்பூர் செக்யூரிட்டி செர்வீஸ் லெப்டினன்ட் கே.கே. ரேசன் - கார்மேக வேளார் மகன் கதிரேசன் - முகட்டை நோக்கிச் சிகரெட் புகையை ஊதியவாறு சாய்ந்து கிடந்தான். கீழே பாயில் படுத்திருந்தவன் சாமி.

இடப்புறம் ஆறு பேர் சீட்டு விளையாடினார்கள். மொட்டைத் தலையும் துளசி மாலையுமாக இருப்பவன் லெப்டினன்ட் துரைச்சாமி. தாடிக்காரன் கோலக்கஞ்சார் அதிரடிப் படையைச் சேர்ந்த 'மின்னல்' முத்தையா. பழுப்பு நிறச் சட்டை அணிந்திருந்த குழந்தை முகக்காரன்

தான் லெப்டினன்ட் சொக்கலிங்கம். ஜப்பானிய அதிகாரி ஒருவனை நடுத்தெருவில் பட்டப் பகலில் சுட்டுக் கொன்றுவிட்டு மாயமாய் மறைந்த சூரன். 'மருவே செறிந்த குழலார் மயக்கி...' என்று முனங்கியபடி சீட்டை எறிந்தவன் சுங்கைசிப்புட் நாகப்பன். 55-60 வய்து வியாபாரி ஒருவரும், சுமார் 45 வயதுள்ள தோட்டக்காடு ஆள் ஒருவரும் மற்றவர்களுடன் சரிக்குச் சரியாக அரட்டை அடித்தவாறு விளையாட்டில் ஈடுபட்டிருந்தனர்.

"ஜே ஹிந்த், செல்லையா. ஹவ் டு யு டு?" நெல்சன் மேசையிலிருந்து குதித்தான்.

"டாமில் பேசு மேன், இப்டீன்னா ஊர்ல போயி எப்டி ஸ்பீக் பண்வே?" ரேசன் கடந்தான்.

'டாமில் பேசினது போதும். இங்கிலீஷ் பேசுங்கோ." படுத்திருந்த சாமி கோபத்தோடு எழுந்தான். புதிதாகத் தமிழ் படித்து விரைவாகத் தேர்ச்சி பெற்ற அவனுக்குக் கதம்பப் பேச்சு கட்டோடு பிடிக்காது.

நெல்சனும் ரேசனும் ஒருவரை ஒருவர் பார்த்துக் கண்ணைச் சிமிட்டிச் சிரித்தார்கள்.

புதியவர்களைச் செல்லையாவுக்கு அறிமுகம் செய்து வைத்தான் முத்தையா. ஒருவர் கோலக்கஞ்சாரில் புடவைக் கடை வைத்திருந்தார். மற்றவர் நல்லையா; லங்க்காட் தோட்டத்துப் பெரிய மண்டூர்.

சுவரில் தொங்கிய கடிகாரம் 10 அடித்தது. மாணிக்கம் செருமிக்கொண்டே வந்து பாயில் அமர்ந்தான்.

"எல்லாம் கிட்டத்தில் வாருங்கள்."

நெருங்கிச் சென்று உட்கார்ந்தனர்.

"ஜப்பான் 14 ஆம் தேதியன்று துப்பாக்கியைக் கீழே போட்டு விட்டது. ஆனால், இதுவரையும் நமக்கு முறையான தகவல் வரவில்லை. முதல் தேதி அல்லது மறுநாள், பிரிட்டிஷ் படைகள் பினாங்கில் கரையிறங்குகின்றன, நேதாஜியிடமிருந்த எவ்வித உத்தரவையும் காணோம். இந்த நிலையில், ஐ.என்.ஏ. தமிழர்கள் என்ன செய்வதென்பதை ஆராய்ந்து முடிவு செய்யவே இங்கு கூடியிருக் கிறோம்..." சிறிது நேரம் மௌனமாக இருந்துவிட்டு மாணிக்கம் மேலே பேசினான். 'இதற்கிடையே, அதிர்ச்சி தரும் செய்தி ஒன்றை நான் சொல்ல வேண்டியிருக்கிறது. கேட்டதும் திகைப்பும் அச்சமும் ஏற்படலாம். இப்பொழுதுதான் நெஞ்சுறுதியும் தன்னம்பிக்கையும்

மிகமிகத் தேவை. நேதாஜி நேற்று சைகோனிலிருந்து விமானத்தில் புறப்பட்டுச் சென்றார். அந்த விமானம் பார் மோசாவில் உள்ள டைஹோக்கு விமான நிலையத்தில் நொறுங்கித் தீப்பிடித்தது. நேதாஜியை இனிமேல் பார்க்க முடியாது..."

"என்ன! என்ன!"

கேட்டிருந்தோர் திடுக்கிட்டு அலறினார்கள். கண்கள் அகல விரிந்து மாணிக்கத்தின் முகத்தை நோக்கி நிலைத்து நின்றன. "என்ன, என்ன சொன்னாய்?" ஆங்கிலத்தில் சீறிய நெல்சன், தள்ளாடிக் கொண்டே எழுந்து பிஸ்டலை உருவினான்.

"நெல்சன்! ஸ்டெடி ப்ளீஸ்... ஸ்டெடி, நெல்சன்" ரேசன் தாவிப் பாய்ந்து, பிஸ்டலைப் பறித்துச் சராய்ப் பைக்குள்போட்டுக் கொண்டான். அவன் தோள்மீது தலையை வைத்துக்கொண்டு குழந்தை போல விம்மிவிம்மி அழுதான் நெல்சன்.

"நேதாஜி... நேதாஜி! கொன்றுவிட்டார்களே... நேதாஜியை ஜப்பான்காரர்கள் கொன்றுவிட்டார்களே" தலையில் கையை வைத்துக் கொண்டு செல்லையா அலறினான்.

படிக்கட்டில் ஏறி வந்த பழனியப்பனுக்கு மாணிக்கம் சைகை காட்டினான். கதவு அடைக்கப்பட்டது.

நெல்சனை அணைத்திழுத்துக்கொண்டு போய் நாற்காலியில் உட்கார வைத்து, வாயில் சிகரெட்டைச் செருகிப் பற்ற வைத்து விட்டான் ரேசன். நெல்சனின் கண்கள் எதிர்ப்புறச் சுவரை ஊடுருவி, இன்னதென்று தெரியாத எதையோ பார்த்துக்கொண்டிருந்தது.

நல்லையா மண்டூர் கைகளால முகத்தை மூடிக்கொண்டு ஓசையின்றி அழுதார். புடவை வியாபாரியும் சாமியும் சிலைபோல் அமர்ந்திருந் தார்கள். கண்கள் தாரைதாரையாக நீரை வடித்தன. "நேத்தாஜி... நேத்தாஜி!" மற்றவர்கள் முனகினார்கள்.

கூடியிருந்தவர்களின் மனம் படிப்படியாக அமைதி பெற்றது. அடுத்தாற்போல் இனி என்ன செய்வதென்ற கேள்வி எழுந்தது.

"நள்ளிரவுக்கு மேல் எனக்குச் செய்தி கிடைத்தது. நேதாஜி இருந்தால் அவருடைய கட்டளைகளுக்குக் கட்டுப்படுவது நம் கடமை. அவர் மாண்டுபோனதால்..."

"நேதாஜியைக் கொன்றது ஜப்பானியரே" மாணிக்கத்தின் பேச்சை இடைமறித்தான் செல்லையா.

"இல்லை, கொல்ல வேண்டிய தேவை என்ன? நேதாஜியிடம் தெராவுச்சி உண்மையான அன்பு கொண்டிருந்தான்."

"இதில் ஏதோ சூது இருக்கிறது. பழைய ராணுவ அதிகாரிகளோ, ஜப்பானியரோ செய்த வேலைபோல் தெரிகிறது" துரைச்சாமி உறுமினார்.

"ஏன் இன்னும் அறிவிக்கவில்லை? சூது இல்லாதிருந்தால் ஒளிப்பு ஏன்?" லெப்டினன்ட் சொக்கலிங்கத்தின் குழந்தை முகம் கேட்டது.

"நேதாஜியுடன் கர்னல் ஹபிபுர் ரஹ்மானும் இருந்தார். அவருக்கும் கடுங்காயமாம். எவ்விதச் சூதும் இல்லை என்பதே என் கருத்து. இந்தச் சமயத்தில் செய்தி வெளியானால் கொந்தளிப்பு ஏற்படுமென்று நினைக்கிறார்களோ என்னவோ... எப்படியும் இன்றோ, நாளையோ அறிவித்துத்தான் ஆக வேண்டும்" நிதானமாகப் பேசினான் மாணிக்கம்.

"செத்துப்போனார் என்று எப்படித் தெரியும்? எங்காவது மறைந்திருந்தால்?"

"கெம்பித்தாய் மேஜர் இச்சியாமா சொன்னான். அதை நம்புகிறேன்,"

"ஆமா, கிழிச்சாரு; இவர் அதைத் தைச்சாரு."

மாணிக்கம் எழுந்து. சிகரெட் பற்ற வைத்துக்கொண்டு குறுக்கு மறுக்காக நடக்கத் தொடங்கினான்.

"சரிசரி, நடக்க வேண்டியதைப் பேசுங்கப்பா" நாகப்பன் தலையிட்டான்.

"நேதாஜி இறந்துபோனதால், இனி நம் விருப்பப்படி நடந்து கொள்ளலாம். முதல் வேலை நம் ஆட்களை எல்லாம் சட்டை மாற்றுவது; யுத்தக் கைதிகளாகப் பிடிபட்டால் எவ்வளவு காலம் அடைத்து வைப்பார்களோ, எங்கே கொண்டுபோய் அவிழ்த்து விடுவார்களோ தெரியாது." மாணிக்கம் உட்கார்ந்தான்.

"உடனே வெளியேற வேண்டும்" செல்லையா உறுதியாகச் சொன்னான்.

"எல்லாரும் ஒரேயடியாக வெளியேற வேண்டியதில்லை. ஐந்தும் பத்துமாக உருவிக்கொள்ளலாம். முதலில் பினாங்கில்தான் கரையிறங்கு கிறார்கள். அங்கு என்ன செய்கிறார்கள் என்று பார்ப்போம். பழைய ஆட்களைப் பிடிப்பது உறுதி. நம் ஆட்களிலும் கைவைத்தால் தகவல் அனுப்புகிறேன். பிறகு ஒரேயடியாய் வெளியேறலாம்.

"பழைய ஆசாமிகள் தடுத்தால் என்ன செய்வது?"

“என்ன செய்வதா! செய்ய வேண்டியதைச் செய்யவேண்டும். சச்சரவில்லாமல் வெளியேற வசதியுள்ள முகாம்களிலிருந்து இப்போதே வெளியேறலாம். வெளியேற்றத்தை ஜப்பானியரும் தடுக்கக்கூடும். நம்மையும் சேர்த்து ஒப்படைப்பதாக ஏற்றுக்கொண்டிருக்கிறார்களாம்.”

“ஓ, அப்படியா!”

“சரி, நேரமாகிறது. ஒரு முடிவு செய்துகொள்ளலாம். இன்று முதல், ஐந்து பத்தாகச் சிப்பாய்கள் நழுவலாம். ஆனால், அதிகாரிகள் கடைசி நிமிஷம் வரையில் முகாம்களிலேயே இருக்க வேண்டும். சூழ்நிலைக்கேற்ப ஆயுதங்களுடனோ, இல்லாமலோ கிளம்பலாம். கட்டுப்பாட்டை அமல் நடத்துவது அதிகாரிகள் பொறுப்பு.”

“சின் பெங்?” நாகப்பன் முன்னே குனிந்தான்.

“பாசிச எதிர்ப்புக் கொரில்லாக்களுக்கும் நமக்கும் தகராறு கிடையாது - அதாவது கிடையாதென்று பாவனை - அவர்களின் கை ஓங்கிவிட்டால் நாம் கொஞ்சம் விட்டுக்கொடுத்துத்தான் போக வேண்டும். அகப்படும் ஆயுதங்களைச் சுருட்டுவதற்காகச் சின்பெங்கின் ஆட்கள் வழிமறிக்கலாம். கூடியவரை அந்தக் குரங்குகளின் வம்பைப் தவிர்க்க வேண்டும்.”

“வம்புச் சண்டை கூடாது; அப்படித்தானே?” மின்னல் முத்தையா கேட்டான்.

“ஆம். எப்பொழுதுமே சண்டைகளைத் தவிர்க்க வேண்டும். தவிர்க்க முடியாதென்றால் முதலில் சுட வேண்டும். அரைகுறை வேலை அறவே கூடாது.” வலது கையை உயர்த்தியவாறு எழுந்தான்.

“கோலாமுடா ஆட்கள் உடனே கிளம்பப் போகிறோம்” எழுந்து நின்ற செல்லையா அறிவித்தான். “காலத்தை முடிவு செய்வது உங்கள் பொறுப்பு. பதற்றம் கூடாது. சேதமின்றி வெளியேறுவதே கெட்டிக் காரத்தனம்.”

மற்ற முகாம்களின் பிரதிநிதிகள் தோதுபோல் நடந்துகொள்வதாகத் தெரிவித்தார்கள். வெளியேறிச் செல்வோருக்கு வேண்டிய உதவிகள் செய்யுமாறு, தோட்டங்களில் உள்ள தமிழர்களுக்குச் செய்தி அனுப்புவதாக நல்லையா மண்டூர் கூறினார்.

ஒருவருக்கொருவர் விடை பெற்றுக்கொண்ட பின், ஒவ்வொருவராகப் படிக்கட்டில் இறங்கிச் சென்றார்கள்.

7. நள்ளிரவில் வெடிமுழக்கம்

செல்லையா கோலாமூடா போய்ச் சேர்ந்ததும், மற்ற தமிழ் அதிகாரிகளைக் கூட்டி நிலைமையை ஆராய்ந்தான். உடனடியாக வெளியேற வேண்டும் என்றே எல்லோரும் வற்புறுத்தினார்கள். சரணடையும் யோசனையை ஏற்பார் யாருமில்லை. ஜப்பான் வீழ்ந்து விட்டாலும், மலேயாவில் பிரிட்டிஷ் ராணுவத்தை எதிர்த்து கொரில்லாப் போர் நடத்த ஏற்பாடு செய்யப்படுமென எதிர்பார்த் திருந்தவர்களுக்கு நேதாஜியின் சாவுச் செய்தி பேரிடியாக இருந்தது. நேதாஜி இல்லாமல் இந்திய தேசிய ராணுவத்தை ஒழுங்குமுறையாக நடத்திச் செல்வதோ, கட்டுக்குலையாமல் காப்பதோ இயலாத செயல் என்பது தெள்ளத் தெளிவாய்ப் புலனாகியது.

தைப்பிங் வட்டாரத்தைச் சேர்ந்த தமிழர்கள் ஐந்து பேர் 19 ஆம் தேதி இரவில் கோலாமூடா முகாமிலிருந்து நழுவினார்கள்; மறுநாள் கிளம்பியவர்கள் பத்துப்பேர். அவர்களில் மூவர் 21 ஆம் தேதி கருக்கலில் முகாமுக்குத் திரும்பி வந்து, ஆறாவது மைலில் வழிமறித்துத் தாக்கப்பட்டதாகவும், தாக்கியவர்கள் யாரெனத் தெரியவில்லை என்றும் சொன்னார்கள். மற்ற எழுவரின் கதி என்ன ஆயிற்றென்று அறிய முடியவில்லை.

22ஆம் தேதி காலையில் தமிழ் அதிகாரிகள் மீண்டும் கூடி ஆலோசித்தனர். எல்லோரும் ஆயுதங்களுடன் ஒரேயடியாக வெளியேறுவதென்று முடிவாகியது. செல்லையா தேவையான கட்டளைகளைப் பிறப்பித்தான். தெற்கே போக வேண்டியவர் களையும், வடக்கே போக வேண்டியவர்களையும் பிரிக்கும் வேலை ராஜதுரையிடம் ஒப்படைக்கப்பட்டது. அப்துல்காதர், பாசிச எதிர்ப்புப் படை அதிகாரிகளைச் சந்தித்து, அவர்களின் ஆதரவை, வழிமறிப்பதில்லை என்ற வாக்குறுதியைப் பெற முயல வேண்டும், வழியில் ஜப்பானிய அணிகள் உள்ள இடங்களை, ரெஜிமென்ட் அலுவலகத்திலிருந்து தெரிந்து வருவது 'புல்லு தின்னி' மணியின் பொறுப்பு.

அப்துல் காதர் காட்டிலிருந்து திரும்பியதும், மற்றவர்கள் ஆவலோடு அவனைச் சூழ்ந்துகொண்டார்கள். ஆனால், அவன் கூறிய தகவல் ஏமாற்றமளித்தது. எவ்வளவோ முயன்றும் சீனக் கொரில்லாக் களைச் சந்திக்க முடியவில்லை. வழக்கமாக அவர்கள் நடமாடும் இடத்தில்கூட ஆள் அரவமில்லை. இடம் பெயர்ந்து விட்டார்கள் என்று தெரிந்தது.

தமிழர்கள் துருவித்துருவி ஆராய்ந்தனர். சின்பெங்கின் வானரப் படை திடுமென மறைந்ததற்குக் காரணம் புலப்படவில்லை.

மணி கொண்டு வந்த தகவல் தெளிவில்லாமல் இருந்தது. குபூன் பீசாங் தோட்டத்திலிருந்த ஜப்பானியப் படை இப்போது அங்கே இல்லை; ஈப்போவுக்குப் போயிருக்கலாம். உள்நாட்டுப் பகுதிகளின் நிலவரம் சரியாகத் தெரியவில்லை. பெருஞ் சாலையை நோக்கி வந்துகொண்டிருக்கும் ஜப்பானிய அணிகளில் சில தாக்கப்பட்டிருக் கின்றன. ஆயுதங்களைப் பறித்துச் சேர்ப்பதே சின்பெங்கின் இப்போதைய வேலைத் திட்டம் என்று தோன்றுகிறது.

செல்லையா நிலைமையை விளக்கினான். தமிழர்கள் வெளியேறு வதற்கு முகாம் கமாண்டர் இசைய மறுக்கலாம். வெளியேறிய பின்பு, பாசிச எதிர்ப்புப் படையினரின் தாக்குதல் எதிர்பார்க்கப்படுகிறது; ஜப்பானியரும் வழிமறிக்கலாம். ஆதலால் போருக்குச் சித்தமாகவே வெளியேற வேண்டும்.

கோலாமூடா முகாமிலிருந்த 1,040 தமிழர்கள் 560 பேர் வடக்கே பினாங் திக்கிலும், மற்றவர்கள் தெற்கேயும் போக வேண்டியவர்கள். வடக்கே செல்வோர் செல்லையா தலைமையிலும் தெற்கே போக வேண்டியவர்கள் மணி தலைமையிலும் 24 ஆம் தேதி காலையில் கொடி வணக்கம் முடிந்ததும் வெளியேறுவதெனத் தீர்மானிக்கப் பட்டது.

இது இவ்வாறு இருக்க, 22 ஆம் தேதி நள்ளிரவில் யாரும் எதிர்பாராத நிகழ்ச்சியொன்று நேர்ந்தது. 12.16 மணி அளவில் கோலாமூடா முகாம் செவிடு படும் வெடி முழக்கத்தில் அதிர்ந்தது. அதிகாரிகளும் சிப்பாய்களும் தூக்க மயக்கம் முற்றிலும் கலையாதவர் களாய், வெடியோசை கேட்ட திசையை நோக்கி ஓடினார்கள். மேல்புறத்தில், முள்கம்பி வேலிக்கு அப்பாலிருந்து விசை பீரங்கிகள் சுட்டன; எறிகுண்டுகள் தாவி வந்து வெடித்தன. ஐ.என்.ஏ. வீரர்கள் திருப்பிச்சுடத் தொடங்கியதும், வெளியிலிருந்து வந்த வெடிமுழக்கம் நின்றுவிட்டது. அந்நேரத்தில் எதிரியைப் பின்பற்றிக் காட்டுக்குள் போவது சரியல்ல - போக வேண்டிய தேவையில்லை - என்று கர்னல் கரிமுடீன்கான் முடிவு செய்தார். இது சின்பெங்கின் மிரட்டல் நடவடிக்கை என்பதும், சண்டை பிடிக்கும் நோக்கம் கொரில் லாக்களுக்கு இல்லை என்பதும் நன்கு தெரிந்தது. காவலர் தொகை இரட்டிக்கப்பட்டது. மற்றவர்கள் ஆயுதபாணிகளாய்ப் படுத்துக் கொள்ளச் சென்றனர்.

மறுநாள் காலையில் ஹவில்தார் ஆண்டிச்சாமியை அழைத்து, காட்டுக்குள் சென்று சீனக் கொரில்லாக்களைச் சந்தித்து வரும்படி சொல்லியனுப்பினான் செல்லையா. இரண்டு மணி நேரம் கழித்துக் காட்டிலிருந்து திரும்பிய ஆண்டிச்சாமி யாரும் தென்படவில்லை என்று தெரிவித்தான்.

செல்லையாவுக்கு அன்று முழுவதும் ஒன்றுமே ஓடவில்லை. வெளியேறும் திட்டத்தைக் கைவிடலாமா என்று பலமுறை எண்ணினான். அதற்கு மனம் இடம் கொடுக்கவில்லை. முடிவு என்னவென்று தெரியாத நடவடிக்கையில் இறங்குவது சரியா? கமாண்டர் தடுத்தால் என்ன செய்வது? சண்டை போட்டு வெளியேறலாமா? வழியில் ஜப்பானியரின் எதிர்ப்பையும் சீனரின் தாக்குதல்களையும் சமாளிக்க முடியுமா...? ஆள்சேதம் அதிகம் ஏற்படுமே. அந்தத் தடிப்பயல் மாணிக்கம் இருந்தால் வெட்டு ஒன்று துண்டு இரண்டாய் எதையாவது சொல்லித் தொலைப்பான். பிரிட்டிஷ் படை வருவது வரை காத்திருந்து சிறைப்பட்டால் உயிர்ச்சேதத்தைத் தடுக்கலாம். சிறைப்பட்டால் எப்போது மீள்வது, பினாங்குக்குப் போய் மரகதத்தை என்று பார்ப்பது? இப்பொழுது மரகதத்தை நினைப்பது முறையல்ல; இது யுத்த விவகாரம்.

இரவில் மணியும் அப்துல் காதரும் வந்தார்கள். செல்லையா தன் ஐயங்களை வெளியிட்டான்.

"இனிமேல் யோசிப்பதற்கு ஒன்றுமில்லை. திட்டப்படி காலையில் வெளியேற வேண்டும்" இருவரும் உறுதியாகச் சொன்னார்கள். அத்துடன் செல்லையாவின் மனம் திடம் பெற்றது.

செல்லையாவின் தூக்கம் ஒரே கனவு மயமாக இருந்தது. வழியில் சீனர், ஜப்பானியர், பிரிட்டிஷார் எல்லோரும் சேர்ந்து தமிழ்ப்படையை எதிர்த்தார்கள். எதிர்ப்பை முறியடித்துக்கொண்டு படை முன்னேறியது. டில்லியில் லட்சக்கணக்கான மக்கள் கூடி நின்று தமிழ்ப்படையை வரவேற்றனர்... செவல்பட்டியில் முத்துச் சரங்கள் தொங்கி மணப்பந்தலில் மரகதத்தின் கழுத்தில் மாலையிடப் போனான் செல்லையா... நேதாஜி வந்து தடுத்தார்....

செல்லையா திடுக்கிட்டு எழுந்தான். என்ன இது? கண்ணைக் கசக்கியவாறு சுற்றுமுற்றும் பார்த்தான்... பொழுது புலர்ந்து கொண்டிருந்தது.

8. வெளியேற்றம்

கோலாமூடா முகாம் கமாண்டர் கரிமுடீன் கான், படை அலுவலகத்தில் உட்கார்ந்து, சிகரெட் புகைத்துக்கொண்டிருந்தார். வாயிலிருந்து கிளம்பிய புகை வளையங்கள் தலையைச் சுற்றிப் படர்ந்தன. அப்பொழுதுதான் காலைக் கொடி வணக்கம் முடிந்திருந்தது. காட்டு யுத்தப் பயிற்சிக்காகக் கிளம்பிச் சென்ற அணிகளின் நடமாட்ட ஒலி, மூடியிருந்த கதவைத் தாண்டி வந்தது. பின்புற ஜன்னலை ஒட்டி நின்ற ஜாத்தி மரத்தில் பறவைகள் சிலம்பின.

கரிமுடீன் கான் கல்கத்தாவில் கப்பலேறி ஏறக்குறைய ஆறாண்டுக் காலம் ஆகிவிட்டது. ஜப்பானியப் படைகள் வடக்கிலிருந்து பாய்ந்த ஏழாவது நாளில் ஆயுதங்களை வீசி எறிந்துவிட்டுக் கை தூக்கியவர் களில் அவரும் ஒருவர். அவர் சிறைப்பட்டிருந்த காலமும் கொஞ்சமே. ராஷ் பிஹாரி கோஷ் தலைமையில் இந்திய சுதந்திரச் சங்கம் அமைக்கப்பட்டதைத் தொடர்ந்து விடுதலையான இந்திய ராணுவ அதிகாரிகளின் முதற் கூட்டத்தில் கரிமுடீன் கானும் இருந்தார்.

நேதாஜியின் இந்திய தேசிய ராணுவத்தில் சேர்ந்த கரிமுடீன் கான் மேஜர் பதவிக்கு உயர்த்தப்பட்டார். பிறகு கர்னல் - கோலாமூடா முகாமிலிருந்த 7 ஆவது கொரில்லா ரெஜிமென்டின் கமாண்டர்.

முகாமில் அவருக்கு எவ்விதக் குறைவுமில்லை. தனி வீடு, கார், செலவுக்குப் பணம் முதலிய எல்லா வசதிகளும் உண்டு. இருந்தாலும், பர்மாவில் பிரிட்டிஷ் 14 ஆவது சேனையின் கை ஓங்கியதிலிருந்து மன அமைதி இல்லாதிருந்தது. ஜப்பான் அடிபணிந்ததும் அது ஒரே கவலையாக மாறிற்று. பிறகு, நேதாஜியின் சாவு தாங்க முடியாத அச்சத்தைத் தோற்றுவித்தது.

கண்ணை மூடிக்கொண்டு புகையை இழுத்தார். பிரிட்டிஷ் படைகள் வந்த பின் நம் கதி என்ன? மீண்டும் பதவி கிடைக்குமா? கிடைக்காது, அப்புறம்...

சிகரெட்டைக் கையில் எடுத்துக்கொண்டு கண்ணைத் திறந்தார். கதவைத் தட்டும் ஓசை கேட்டது.

"வரலாம்"

லெப்டினன்ட் செல்லையா, கதவைத் தள்ளிக்கொண்டு, உள்ளே நுழைந்தான். நிமிர்ந்து உட்கார்ந்தார் கமாண்டர்.

"ஜே ஹிந்த்!" வந்தனை செய்தான்.

"ஜே ஹிந்த்!"

"தங்களின் அனுமதியுடன்..."

"சொல்லலாம்."

"தொந்தரவுக்கு மன்னிக்க வேண்டும். முகாமிலுள்ள தமிழர்கள் அனைவரும் இப்பொழுது வெளியேறப் போகிறோம்."

"என்ன?"

"தீர்மானமாக முடிவு செய்துவிட்டோம்."

படைத்தலைவர் ஒரு நிமிஷ நேரம் வாயைத் திறக்கவில்லை. கோபத்தால் உடல் துடித்தது. சிலை போல் அசையாமல் நின்ற லெப்டினன்டைக் கூர்ந்து கவனித்தார். கதவுக்கு வெளியே, எதற்கும் துணிந்த தமிழ் அணியொன்று நின்றுகொண்டிருப்பது அவர் அகக்கண்ணில் தெரிந்தது. கரிமுடீன் கான் கோழையல்ல. ஆயினும் 7 ஆவது கொரில்லா ரெஜிமென்டின் நற்பெயர் கடைசிக் காலத்தில் சகோதரச் சண்டையினால் களங்கமுறுவதை அவர் விரும்பவில்லை.

"நேதாஜியின் பெயரால் எடுத்துக்கொண்ட விசுவாசப் பிரமாணத்தை மீறப் போகிறீர்களா?"

"நேதாஜி எங்கே?"

"ஓஹோ...! கீர்த்தி மிக்க நம் படையின் கட்டுப்பாட்டுக்கு உலை வைக்கப் பார்க்கிறீர்கள். இது கொடிய குற்றம்."

"பிரிட்டனை எதிர்த்துத் தொடர்ந்து சண்டை நடத்துவதென்றால் நாங்கள் தயார்... வலியப் போய்ச் சிறைப்பட நாங்கள் விரும்பவில்லை. அதைவிட நல்ல வேலைகள் பல இருக்கின்றன."

கரிமுடீன் கான் சற்று நேரம் கதவைப் பார்த்தபடி இருந்தார். பிறகு கனைத்துக்கொண்டு பேசினார். "இந்தச் சமயத்தில் வெளியேறுவது அசல் தற்கொலை முயற்சி. சுற்றியுள்ள காட்டில் மரத்துக்கு மரம் சீனக் கொரில்லாக்கள் இருக்கின்றனர். இப்பொழுது அவர்களிடம் நவீன ஆயுதங்கள் நிறைய உண்டு. எல்லோரும் சேர்ந்திருந்தாலும், அவர்கள் முழு மூச்சாய்த் தாக்கினால் சமாளிப்பது கடினம். தமிழர்கள் வெளியேறுவது முறையல்ல; அதைத் தடுப்பது என் கடமை. மேலும், அனுமதியின்றி வெளியே திரியும் ஐ.என்.ஏ. ஆட்கள் எதிரிகளாகக் கருதப்படுவர் என்று ஜெனரல் நகானோ எழுதியிருக்கிறான்... நான் சொல்வது புரிகிறதா?"

"எல்லாவற்றையும் யோசித்தே முடிவு செய்தோம்."

கர்னல் ஏறிட்டுப் பார்த்தார். தடுத்தால் சண்டைதான். புது வேகத்தில் தலைகால் தெரியவில்லை போலும். பத்து மைல் போவதற்குள் புத்தி வந்துவிடும் - சீனர்கள் புத்தி புகட்டிவிடுவார்கள் - போய்ப் பார்க்கட்டும்...

உங்கள் விருப்பப்படியே எல்லாவற்றையும் யோசித்துச் செய்த முடிவின்படி போகலாம். ஆனால், நான் அனுமதி கொடுக்கவில்லை; நினைவிருக்கட்டும். பின்விளைவுகளுக்கு நீங்களே பொறுப்பு. இன்னொன்று; ஆயுதங்களை எடுத்துச் செல்லக்கூடாது. பதினைந்து நாட்களுக்கான ரேஷன் கொண்டுபோகலாம்.

“கூடுதலாகக் கொஞ்சம் எறிகுண்டுகளும் விசைத் துப்பாக்கிகளும் தேவை. தளவாடச் சாமான்களும் வேண்டும்.”

“என்ன?” படைத்தலைவர் உறுமிக்கொண்டு எழுந்தார்.

செல்லையா அசையாமல் நின்றான்.

ஒருவரையொருவர் நோட்டமிட்டவாறு நின்றார்கள்.

லெப்டினன்ட் முகத்தைப் பார்த்தபடியே கரிமுடீன் கான் உட்கார்ந்தார். கையிலிருந்த சிகரெட் வாயிலேறியது. செல்லையாவின் நடத்தை ஆத்திரமூட்டினாலும் அவனுடைய நெஞ்சழுத்தம் அவருக்கு வியப்பளித்தது.

“ஆல் ரைட், கிளியர் அவுட்.”

செல்லையா வந்தனை செய்துவிட்டுத் திரும்பி வெளியேறினான்.

1945 ஆம் ஆண்டு ஆகஸ்ட் மாதம் 24 ஆம் தேதி. காலை 8.35 மணி. 7 ஆவது கொரில்லா ரெஜிமென்டைச் சேர்ந்த தமிழர்கள் கோலாமூடா முகாமிலிருந்து வெளியேறி, வருங்காலத்தையும் தொழில் துறைகளையும் நோக்கிப் புறப்பட்டார்கள். ஆயுதங்களுடன் பதினைந்து நாள் உணவு ரேஷனும், கோடாரி, மண்வெட்டி, சமையல் பாத்திரங்கள் முதலிய தளவாடச் சாமான்களும் அவர்களிடம் இருந்தன.

செகண்ட் லெப்டினன்ட் சுப்பையாவுக்கு நான்கு நாட்களாகக் கடுமையான காய்ச்சல். ஹவில்தார் பொன்னம்பலம் முதலிய பதினோரு பேருக்கு வயிற்றுவலி, காயம் முதலான சில்லறைத் தொந்தரவுகள். நெடுந்தொலைவு நடக்க இயலாத இந்தப் பன்னிரண்டு பேரும் முகாமிலேயே இருக்கலாமென்று செல்லையாவும் மணியும் சொல்லிப் பார்த்தார்கள்; நோயாளிகள் உடன்படவில்லை.

தமிழர்கள் சிங்கப்பூர் - அலோர்ஸ்டார் பெருஞ்சாலைபோய்ச் சேர்ந்தபோது மணி 11.10 அதுவரையும் வழியில் யாரும் தென்படவில்லை. சாலையில் ஏறியபோது, வடக்கேயிருந்து தெற்கேபோன ஜப்பானிய லாரிக் கூட்டத்தின் பின் வண்டிகள் தெரிந்து மறைந்தன.

வடக்கேயும் தெற்கேயும் போக வேண்டியவர்கள் தனித்தனியே இருஅணிகளாகப் பிரிந்தனர். தென்புற அணியின் தலைவன் மணியும். வடபுற அணியின் தலைவன் செல்லையாவும் தற்காலிகக் காப்டன் களாகப் பதவி ஏற்றுக் கொண்டார்கள். பிரியாவிடை பெற்ற பின் இரண்டு அணிகளும் நேர் எதிரான திக்குகளில் தத்தம் யாத்திரையைத் தொடங்கின.

9. வடதிசை யாத்திரை

வடக்கே சென்ற தமிழர்கள் சாலையிலும் அதை ஒட்டியிருந்த ஒற்றையடிப் பாதைகளிலுமாக நடந்து, பிற்பகல் மூன்றேகால் மணி அளவில் புதர் மண்டிக் கிடந்த ரப்பர் தோட்டம் ஒன்றை அடைந்தார்கள். அப்துல் காதரும் ராஜதுரையும் சுற்றிப் பார்த்தபோது, அடுப்பு மூட்டிய சாம்பல் திட்டுகளும், சிகரெட் துண்டுகளும் காணப்பட்டன. நேற்றோ, முந்தைய நாளோ சின்பெங்கின் ஆட்கள் இங்கே தங்கியிருக்கிறார்கள்...

செல்லையா மற்ற அதிகாரிகளைக் கலந்து ஆலோசித்த பிறகு, மாலை 6.30 மணிவரை இளைப்பாறுவதற்குக் கட்டளை பிறப்பித்தான். வகுத்த முறைப்படி காவலர்கள் சுற்றுக்குக் கிளம்பினார்கள். வேவுகாரர்கள் நான்கு திக்கிலும்ட புறப்பட்டனர். சமையல் ஆட்கள் வடக்கே கொஞ்சத் தொலைவிலிருந்த ஆற்றுக்குப் போய்த் தண்ணீர் கொண்டுவந்து உலைவைத்தார்கள்.

மாலையில் மறுபடியும் வடதிசை யாத்திரை தொடங்கியது. இரவெல்லாம் நடந்து, மறுநாள் விடிகாலையில் சாலையின் வலப் பக்கத்தில் இருந்த லாலான் புல்வெளியில் போய்த் தங்கினார்கள். ரப்பர் தோட்டங்கள் பாழடைந்து கிடந்தன. ஆள் அரவமே இல்லை. ஆயர் மானீஸ் ஆற்றின் வடகரையில் இருந்த ஒரு தோட்டத்தில் மட்டும் ஐந்நூறு தமிழ்க் குடும்பங்கள் இருந்தன. காய்கறிகள் பயிர்செய்து எப்படியோ வயிற்றைக் கழுவி வருவதாக ஒரு கிழவர் சொன்னார். வடக்கே உள்ள தோட்டங்களில் தமிழ்க் குடும்பங்கள் நிறைய இருப்பதாகவும் அவர் தெரிவித்தார்.

காலை 8.40 மணிக்கு உண்டியை முடித்துக்கொண்ட தமிழ்ப் படை மீண்டும் கிளம்பியது. சுப்பையாவினால் எழுந்திருக்க முடியவில்லை; ஏதோ புலம்பிக் கொண்டிருந்தான். வெட்டுக்காயம்பட்டிருந்த பொன்னம்பலத்தின் முழங்கால் வீங்கிவிட்டது; நடக்க முடியவில்லை. இருவரையும் மற்றவர்கள் மாறிமாறித் தோளில் போட்டுக் கொண்டு நடந்தார்கள்.

வழியிலுள்ள ஊர்களை ஒதுக்கிச் சென்ற தமிழர்கள் 26 ஆம் தேதி கருக்கலில் குளுகூர் பாலத்தை நெருங்கிக் கொண்டிருந்தனர். வலப்புறத்தில் சேவல் கூவியது. அண்டையில் உள்ள தோட்டங்களின் நிலவரத்தை அறிந்து வருமாறு ஆண்டிச்சாமி தலைமையில் பத்துப் பேரை அனுப்பிவிட்டு, மற்றவர்களைச் சாலையோரத்தில் இளைப்பாறும்படி படைத் தலைவன் உத்தரவிட்டான்.

கைகளால் காலைக் கட்டிக்கொண்டு தரையில் உட்கார்ந்தான் செல்லையா. இடதுபுறத்தில் அப்துல்காதரும் நாச்சியப்பனும் படுத்தார்கள்.

"சுப்பையா நிலைமை படுமோசம். பிழைப்பது கடினம்." பக்கத்தில் வந்து உட்கார்ந்த ராஜதுரை சொன்னான்.

செல்லையா குந்தி உட்கார்ந்து சுப்பையாவின் நெற்றியைத் தொட்டுப் பார்த்தான். நெருப்பாக எரிந்தது.

லான்ஸ் நாயக் பிலாவடியான் மடியில் தலைவைத்துக் கிடந்த சுப்பையா புலம்பிக்கொண்டிருந்தான்: "ம்மா.... கூதலம்மா.... ம்மா.... நடுக்குதம்மா... இருட்டும்மா... ம்... விளக்கைப் பொருத்தம்மா... ம்ம்மா...!

"சுப்பையா! சுப்பையா!"

"ம்மா...விளக்கைப் பொருத்தம்மா... ம்ம்ம்... இருட்டம்மா... ம்மா."

செல்லையா எழுந்து, ஐந்தடிக்கு அப்பால் பெட்டிப் பாம்பு போல் சுருண்டு கிடந்த பொன்னம்பலத்தின்அருகே போய்க் குனிந்தான்.

"பொன்னம்பலம்! பொன்னம்பலம்!"

பதில் இல்லை.

பழைய இடத்தில் போய் உட்கார்ந்து, குடுக்கையை எடுத்துத் தண்ணீர் குடித்தான். பிறகு, தலையில் கையை வைத்து மல்லாந்து படுத்தான். கருநீலவானில் வெள்ளி மலர்கள் சிதறிக் கிடந்தன. மேற்கு விளிம்பில் பிறைமதி தொங்கியது. மென்காற்றில் மரக்கிளைகள் சலசலத்தன.

மல்லாந்து படுத்திருந்தவனின் மனம் குழம்பித் தடுமாறியது. யாருக்காக, எதற்காக இந்தக் காட்டில் வந்து கிடக்கிறோம்? சுப்பையாவும் பொன்னம்பலமும் இப்படி அவதிப்பட வேண்டிய தேவை என்ன? வெள்ளையர், ஜப்பானியர், சீனர் இவர்களெல்லாம் யார்? தமிழர்களுக்கும் அவர்களுக்கிமிடையே உள்ள உறவுமுறை என்ன? ஒருவரை ஒருவர் விரட்டி வேட்டையாடி மாய்வது ஏன்? இதெல்லாம் வேரூன்றிய பகையின் விளைவா, அல்லது இன்றைய தேவையின் மலர்வா? என் வாழ்க்கையில் குறுக்கிடும் தெராவுச்சி, சின்பெங், மவுண்ட் பேட்டன் இவர்களெல்லாம் யார்? இவர்களுக்கும் எனக்கும் என்ன தொடர்பு? விடுதலை என்றால் என்ன? யாருக்கு யாரிடமிருந்து, எதற்கு எதிலிருந்து, எங்கிருந்து எங்கே செல்ல...

பின்னால் செடிகொடிகள் விலகும் ஓசை கேட்டது. உறையிலிருந்த பிஸ்டலை உருவியவாறு எழுந்தான். புதருக்குள்ளிருந்து ஒரு உருவம் கிளம்பி வந்தது.

"கொரில்லாக்கள் நடமாடியிருக்கிறார்கள்" நாச்சியப்பன் வந்து உட்கார்ந்தான்.

"ம்... யாரும் தென்படவில்லையே!"

"தென்மேற்கு மூலையில் ராத்திரி அடுப்பு எரிந்திருக்கிறது." எதிர்ப்புறம், சிறிது வடக்கே, காட்டுக்குள்ளிருந்து ஆட்கள் வந்து சாலையில் ஏறினர்.

"ஆண்டிச்சாமி வருகிறான்" நாச்சியப்பன் எழுந்தான்.

"எச்சரிக்கையாக இருங்கள்" செல்லையா கட்டளையிட்டான்.

"இவர் டெவான் தோட்டத்துப் பெரிய மண்டூர் ஐயாக்கண்ணு. இவர் பூச்சிமுத்து மண்டூர். மற்ற இருவரும் இவர்களுடன் வந்தவர்கள்" ஹவில்தார் ஆண்டிச்சாமி அறிமுகம் செய்து வைத்தான்.

"கும்பிடறமுங்க" தோட்டத்திலிருந்து வந்தவர்கள் கைகூப்பினர்.

"ஜே ஹிந்த்! அவர் உங்களிடம் எல்லா விவரமும் சொல்லியிருப்பார். நாங்கள் வடக்கே வெகுதொலைபோகவேண்டும். வழியில் சிலரை விட்டுச் செல்ல நினைக்கிறோம். நீங்கள் எத்தனை பேரை வைத்துக்கொள்ளலாம்? கூடுதலாக இயலாதென்றாலும், உடல் நலிவாயிருக்கும் இரண்டு பேரையாவது வை.த்துக்காப்பாற்றுங்கள். தமிழனுக்குத் தமிழன் என்ற முறையில் கேட்கிறேன், தட்டாமல் ஒப்புக்கொள்ள வேண்டும்."

"அப்படியெல்லாம் அந்நியமாய் நினைச்சுப் பேசாதீங்கையா. எத்தனை பேர்னாலும் எங்க பிள்ளைகளைப்போல வச்சுப் பார்த்துக் கிடுறோம். என் மகன் ஒருத்தன் நேத்தாசி கூடச் சேர்ந்து பர்மாவுக்குப் போயிருக்கானுங்க" பெரிய மண்டூர் உணர்ச்சி பொங்கக் கூறினார்.

"ஐம்பது பேரை விட்டுப் போகலாமென்று நினைக்கிறேன். பக்கத்துத் தோட்டங்களில் பகிர்ந்து வைத்துக்கொள்ளுங்கள்."

"ஆகட்டுமுங்க. கிட்டத்தில் ஏழெட்டுத் தோட்டமிருக்கு. பிரிச்சு விட்ரலாம். இங்கெ சீனன் தொந்தரவு ஒண்ணும் கிடையாதுங்க. எங்க பயகளே அவனுகளோட காட்ல திரியிறானுக. வெள்ளைக்காரன் வந்தாலும் பயமில்லை. நாங்க பார்த்துக்கிடுறோம்."

சுப்பையா, பொன்னம்பலம் முதலிய 50 பேரைச் செல்லையா தெரிவித்தான். அடைக்கலம் புகவிருந்தோர், தோள் மூட்டைகளை அவிழ்த்து, அவற்றில் பத்திரமாக வைத்திருந்த வேட்டி சட்டைகளை

எடுத்து அணிந்துகொண்டார்கள். பொன்னம்பலத்துக்கும் சுப்பை யாவுக்கும் மற்றவர்கள் உடை மாற்றம் செய்தனர். நோய் வாய்ப் பட்டிருந்தவர்கள் பற்றிய எல்லா விவரங்களையும் தெரிவித்ததோடு பினாங்கில் தனது முகவரியையும் மற்றும் மூன்று முகவரிகளையும் செல்லையாதெரிவித்தான்.

மண்டூர்களோடு வந்த இருவரும் சுப்பையாவையும் பொன்னம் பலத்தையும் தோளில் தூக்கிக்கொண்டார்கள்.

"செலவைப் பற்றி யோசிக்க வேண்டாம். பினாங் போய்ச் சேர்ந்ததும், பணத்துக்கும் துணிமணிகளுக்கும் ஏற்பாடு செய்கிறேன்." "ஒண்ணும் யோசிக்காதீங்க. எல்லாம் நாங்க பார்த்துக் கிடுறோம். மத்த பிள்ளைகளையும் கரை சேருங்க. எல்லாத்துக்கும் தண்ணிமலையான் இருக்கான்."

விடைபெற்றுச் சென்றோரைப் பார்த்தபடி மற்றவர்கள் சற்று நேரம் மௌனமாய் நின்றார்கள்.

தமிழ்ப்படையின் வடதிசை யாத்திரை மீண்டும் தொடங்கிற்று. பிற்பகல், சாலைக்குக் கிழக்கே வரிசையாக இருந்து தோட்டங்களில் 160 பேர் சட்டை மாற்றி விடப்பட்டார்கள். அன்று பொழுது சாய்வதற்குள் சமைத்து, வயிறார உண்டு இளைப்பாறிய பின், மாலை 7 மணிக்கு தமிழ்வீரர்கள் வடமுகமாய் நடநது செல்லலானார்கள்.

சிங்கப்பூர் - அலோர்ஸ்டார் பெருஞ்சாலை அநாதையாய்க் கிடந்தது. இருபுறமும் மரங்கள் மண்டிய, அள் அண்ட முடியாத காடு. இடையிடையே பாம்புகள் ஊர்ந்தன. காட்டுப் பூனைகள் பாய்ந் தோடின. இனம் தெரியாத விலங்குகளும் இராப்பறவைகளும் அலறின. காட்டின் கிண்ணோசை தொடர்ந்து ஒலித்துக்கொண்டிருந்தது. திடுமென இருபுறமுமிருந்து பரிந்த தோட்டாக்கள் தலைக்கு மேல் பறந்து சென்றன.

"ஒற்றை வரிசை! ஒற்றை வரிசை!"

அதிகாரிகள் அவரவர் அணிகளை நடைப்போக்கிலேயே போருக்குச் சித்தப்படுத்தினார்கள்.

மீண்டும் தோட்டாக்கள் தலைக்குமேல் பறந்து சென்றன.

"முதல் அணியும் கடைசி அணியும், மரமட்டத்துக்கு மேல் திசை மாற்றி மும்முறை சுடுங்கள். முதல் அணி வலப்புறம்."

தமிழ்ப்படையின் துப்பாக்கிகள் முழங்கின.

பிறகு, 'எதிரி'யின் துப்பாக்கிக் குரல் கேட்கவில்லை.

10. சிம்பாங் தீகா பாலம்

நள்ளிரவு கழிந்துவிட்டது. தமிழ்ப்படை வடக்கு நோக்கிச் சென்றுகொண்டிருந்தது. சாலையில் பட்ட காலடி இருமருங்குமிருந்த இருண்ட காட்டில் எதிரொலித்தது. முன் அணியில் செல்லையாவும் ராஜதுரையும், பின் அணியில் அப்துல்காதரும் நாச்சியப்பனும் தலைமை தாங்கி நடந்தார்கள். முருகேசனின் வேவுக்காரர்கள் சுமார் ஒரு மைல் முன்னதாகப் போய்க்கொண்டிருந்தனர்.

முகத்தில் அரும்பிய வேர்வையைக் கைக்குட்டையால் துடைத்து விட்டு, சிகரெட் பற்ற வைக்க நெருப்புப் பெட்டியை எடுத்தான் செல்லையா. சுதாரித்துக் கொண்டு சிகரெட்டையும் நெருப்புப் பெட்டியையும் பைக்குள் திணித்தவாறு திரும்பிப் பார்த்தான் போர்வீரன் வரிசையில் கங்கு தென்படவில்லை. அணிஅணியாக ஒரே சீராய் வழி நடந்துகொண்டிருந்தது படை. பழையபடி பார்வையை முன்னே திருப்பினான். கால்கள் நடந்தன.. மனத்திரையில் பழைய நிகழ்ச்சிகள் பறந்தோடின.

செவல்பட்டி நல்ல தண்ணீர் ஊருணியில் பெண்கள் ஒருவர், இருவராய்த் தண்ணீர் மொண்டுகொண்டு, இடுப்பில் ஒரு குடமும் தலையில் ஒரு குடமுமாய், கழுத்தை ஒரு பக்கம் மடக்கிச் சாய்த்துப் பேசியவாறு ஆடி அசைந்து சென்றார்கள். வடகரைப் பிள்ளையார் கோயில் அரச மரத்தடியில் 'சைகோன்' செட்டியாரின் தேவார முழக்கம் கேட்கிறது. "அரி யானை அந்தணர் தம் சிந்தையானை, அருமறையிசைத்தானை அணுவை..."

பையன்கள் பம்பரம் விளையாடினர்.

"டேய்! பள்ளிக்கொடத்துக்குப் போகாமல் பம்பரமா விளையாடுற? இருயிரு... உங்க அப்புக்கிட்டச் சொல்லி முதுகுத்தோலை உரிக்கச் சொல்றேன்" தாயார். கூரைவேய்ந்த வீட்டுக்கு முன்னே புராதனமான இலுப்பை மரம் தெரிகிறது. கொல்லையில் குப்பை மேட்டைக் கிளறும் கோழிகள். கொக்... கொக்... கொக்...

"யம்மா! இங்கெ பாரம்மா, இந்தாயிது சடையப் பிடிச்சு இழுக்குது" மரகதம் சிணுங்கினாள்.

வாய்விட்டுச் சிரித்தவன், திடுக்கிட்டுத் திரும்பினான். ராஜதுரை தன்பாட்டில் ஏதோ எண்ணத்துடன் நடந்துகொண்டிருந்தான். பார்வை மறுபடியும் முன்னே சென்றது. அந்தக்காலம் திரும்புமா?

கவலையறியா மனத்துடன் ஊருணிக்கரையில் பம்பரம் குத்தி விளையாட முடியுமா? மரகதத்தின் பின்னலைப் பிடித்து இழுக்க இயலுமா...? பாவாடையுடன் குதித்தாடின செவல்பட்டிச் சிறுமிக்கும், அன்று பினாங்கில் கண்ட மரகதத்துக்கும் எவ்வளவு வேற்றுமை...

எதிரே ஆட்கள் விரைந்து வருவது புலனாகிற்று. ராஜதுரை எச்சரிக்கைக் குரல் கொடுத்தான். வடக்கிலிருந்து வந்தோர் நெருங்கினார்கள். முருகேசன் சொன்னான்: "சிம்பாங் தீகா பாலத்தில் ஜப்பானியர் கூட்டம் சுமார் 200 பேர். காவலே இல்லை. வண்டி, கூடாரம் எதையும் காணோம். இருபுறமும் அடர்ந்த காடு. பாலத்தில் விசைப் பீரங்கிகள் இருக்கலாம். சாலையை ஒட்டி உட்கார்ந்தும் படுத்தும் இருக்கிறார்கள். தாக்குதல் சுலபம்."

'ம்ம். குள்ளப் பயல்கள்! அங்கே என்ன செய்கிறார்கள்?' முருகேசனின் தலைக்குமேல் பார்த்தவாறு தன்னைத்தானே கேட்டுக்கொண்டான். அப்துல் காதரும் மற்ற அதிகாரிகளும் முன்னே வந்தனர். செல்லையா அவர்களுடன் கலந்து நிலைமையை ஆராய்ந்தான்.

ஆறு ஆழமாக இருப்பதால் பாலத்தைக் கடைசிவரை பாதுகாப்ப தென்று ஜப்பானியர் முடிவு செய்திருக்கலாம்... ஒரு வேளை, எப்படியும் சண்டையில் செத்து மடிவதென்று உறுதி பூண்ட காமிகாசே அணியாக இருக்குமோ...?

ஜப்பானிய விமானத்தில் சென்ற நேதாஜி இறந்தது முதல் செல்லையாவுக்கு ஜப்பானியர்மீது தீராத சினம் ஏற்பட்டிருந்தது. என்றாவது, எங்காவது, எப்படியாவது அவர்களுடன் மோதிப் பழி தீர்க்க வேண்டுமென உள்மனம் கூவிக்கொண்டிருந்தது. மாணிக்கமும் பிறரும் எவ்வாறு கருதினாலும், நேதாஜியை ஜப்பானியர் திட்டமிட்டுக் கொன்றுவிட்டார்கள் என்பதே அவன் முடிவு.

"இரண்டிலொன்றுதான். வழிவிட்டால் வம்பில்லை. தடுத்தால் சண்டை."

பாலத்தின் சுற்றுப்புறமும் பற்றி விவரமாகக் கேட்டறிந்த பின், போர்த் திட்டத்தைச் செல்லையா அறிவித்தான்.

பாலத்தை நெருங்கியதும், ஓரளவு ஜப்பான் மொழி தெரிந்த ராஜதுரையும் பொறுக்கி எடுத்த ஐந்து வீரர்களும் முன்னால் எட்டி நடந்தனர். அதற்குச் சற்று முன்னரே, குறிப்பிட்ட அணிகளைச் சேர்ந்தோர் சாலையின் இருபுறமும் காட்டினுள், நுழைந்து சென்றிருந் தார்கள். மற்றவர்கள் சிதறி நின்றனர்.

11. வழியில் ஒரு யுத்தம்

சிம்பாங் தீகா பாலத்தின் மீது அமர்ந்து வானத்தை நோட்ட மிட்டிருந்த மேஜர் இச்சிவாரா சபுரோ, பார்வையைத் தாழ்த்திச் சுற்றிலும் ஒருமுறை நோக்கினான். பிறகு, கைக்கடிகாரத்தின் மீது பார்வை விழுந்தது. மணி 2.11கீழே ஆற்றின் நீரோட்டம். சுற்றிலும் காட்டின் கிண்ணோசை. நெற்றியைத் தடவினான். மறுபடியும் பார்வை மேலே சென்றது. மேகமற்ற வானில் தாரகைகள் மின்னின. சஞ்சலமுற்ற மனதில் சிந்தனைகள் அலையாடின. இந்த ஈரொட்டு நிலை எப்போது தீரும்.. டாய் நிப்பன்பேரரசுக்கு இத்தகைய கேவல முடிவா? தோன்றியது முதல் தோல்வியை அறியாத உதயசூரியநாடு வெள்ளையரின் காலடியில் மிதிபட்டு நெளிவதை இந்தக் கண்களும் பார்க்க வேண்டுமா? உயிரைத் துரும்பாக மதிக்கும் 'சாமுராய்'களின் கொடி வழியில் வந்த இச்சிவரா சபுரோவுக்குத் தன்மானமுள்ள முடிவு கிட்டாதா...?

தலையைக் குனிந்து, சாவதானமாகக் கால்களைப் பார்வையிட்ட மேஜர், கண்ணோட்டத்தை மீண்டும் மேலே வான மலர்கள் மீது செலுத்தினான்...

ஜெனரல் தொமயூக்கி யாமஷித்தாவின் சேனையுடன் வந்து மலேயாவில் காலடி வைத்தவன் சபுரோ. அப்போது சாதாரண லெப்டினன்ட். சிங்கப்பூர் தீவில் முதன்முதலாகத் தாவிக் குதித்த பிளாட்டூன் சபுரோவினுடையதே.

சுமத்ராவின் கிழக்குக் கரையில் இறங்கிய படையிலும் காப்டன் சபுரோ இருந்தான். பிறகு, பர்மா களத்துக்கு மாற்றப்பட்டான். தாமியோ போர்க்களத்தில் அஞ்சாநெஞ்சத்துடன் போராடி அருஞ்செயலாற்றிப் பெறுதற்கரிய 'உதயசூரியன்' பதக்கத்தைப் பெற்றதோடு, மேஜர் ஆகவும் பதவி உயர்வு பெற்றான். பின்னர், தென்மண்டல தலைமைச் சேனாதிபதி தெராவுச்சி பர்மாவைச் செலவுக் கணக்கில் எழுதியதைத் தொடர்ந்து, மலேயாவுக்கு மாற்றப்பட்டான் சபுரோ.

பிலிப்பைன் நாட்டில் அமெரிக்கப் படைகள் கரையிறங்கியதும். அருகே புறப்படச் சித்தமாகும்படி சபுரோவின் 6 ஆவது பட்டாளத் துக்குக் கட்டளை வந்தது. நாள்தோறும், வாரந்தோறும், மாதந்தோறும் போர்ப் பிரதேசத்துக்குப் போய்ச் சேரும் நேரத்தை ஆவலோடு எதிர்நோக்கிக் காத்திருந்தான் சபுரோ. அந்த நேரம் அணுகவேயில்லை. அந்நிலையில் மாச்சான் காட்டிலிருந்த விமான நிலையத்தைப் பாதுகாக்கும் பொறுப்பு 6ஆவது பட்டாளத்திடம் ஒப்படைக்கப் பட்டது.

சாலைக்கு வெகு தொலைவில், விமான நிலையம் தோன்றுவதற்கு முன் ஆள் நடமாட்டத்தை அறியாத கன்னிக் காட்டின் நடுவே மாச்சான் முகாம் இருந்தது. காட்டினூடே, வளைந்து வளைந்து சதுப்பு நிலங்களைக் கடந்து சென்ற பாதைதான் - அதுவும் புதிதாக உண்டானது - மாச்சான் தளத்துக்கும் வெளி உலகத்துக்குமிடையே இருந்த தரைத் தொடர்பு.

மேஜர் இச்சிவாரா சபுரோ, மாச்சான் முகாமுக்குப் போனது முதல் இன்று வரையும் நிம்மதியாக உறங்கியதில்லை. சின்பெங்கின் கொரில்லாக்கள் எந்நேரம் தாக்குவார்கள் என்று கணிக்க முடியாது. தாக்கப்படும் நேரத்தில் அவர்களுடன் பொருதினால்தான் உண்டு. மறுநிமிஷம் மறைந்துவிடுவார்கள். ஆயிரம் துருப்புகளைக் கொண்ட சபுரோவின் பட்டாளம் தேய்ந்து சுருங்கிக்கொண்டிருந்தது. புது ஆட்களோ, தளவாடங்களோ வந்துசேரவில்லை. சோற்றுப் பஞ்சம் தலைவிரித்தாடியது. அந்த நிலையில் செப்டம்பர் 14 ஆம் தேதி, ஜப்பான் அடிபணிந்த செய்தியும், ஈப்போவிலுள்ள 12 ஆவது டிவிஷன் தலைமையகத்தில் போய் மேலுத்தரவு பெறுமாறு கட்டளையும் வந்தன.

திடலில் விமானங்கள் வந்திறங்கி வெகுகாலமாகிவிட்டது. அங்கிருந்த விமானப்படைச் சிப்பந்திகளும் மூன்று மாதத்துக்கு முன்னரே வெளியேறிவிட்டனர். அப்படியிருந்தும், சபுரோவின் பட்டாளம் அதுவரையும் மாச்சான் காட்டில் நிறுத்தப்பட்டு நாள் தவறாது உயிர்ப்பலி கொடுத்து வந்ததற்கு வடக்கு மலேயா சேனாதிபதியின் ஞாபகமறதிதான் காரணமாக இருக்க வேண்டும்.

ஜப்பானிய பட்டாளம் சிங்கப்பூர் - அலோர்ஸ்டார் நெடுஞ் சாலையை நோக்கிக் கிளம்பியது. செப்டம்பர் 14 ஆம் தேதிக்குப் பிறகு இரு தரப்பாரும் சண்டையை நிறுத்தவேண்டுமென்று உடன்பாடு ஏற்பட்டிருந்த போதிலும், சீனக் கொரில்லாக்களின் தாக்குதல் ஓயவில்லை. நடுக்காட்டில் சிக்கிக்கொண்ட இந்த ஜப்பானிய அணியை ஒழித்துவிட்டு ஆயுதங்களைக் கைப்பற்றுவதென்று அவர்கள் முடிவு செய்திருந்தார்கள். நெடுகிலும் சண்டை நீடித்தது. காயமடைந்த ஜப்பானிய வீரர்கள் 'ஹரகிரி' செய்து, வயிற்றைக் கிழித்துக்கொண்டு மாண்டார்கள். வலது கையில் பட்டாக் கத்தியும் இடது கையில் பிஸ்டலுமாய் முன்னே நடந்த மேஜர் இச்சிவாரா சபுரோ, வழிநடையின் போது, உயிருடன் ஊர் திரும்புவதில்லை என்று முடிவு செய்தான்.

ஜப்பானியப் படை இரவு 11.35 மணி அளவில் சிம்பாங் தீகா பாலத்தை அடைந்தது. விடியும் வரையில் இளைப்பாறுவதற்கு உத்தரவு பிறப்பித்தான் மேஜர். சின்பெங்கின் கொரில்லாக்கள் மீண்டும்

எதிர்ப்பட்டால் அவர்களை விடாமல் பற்றித் தொடர்ந்து மடிய வேண்டும், இல்லையேல் பிரிட்டிஷ் படை வரும் வரையில் காத்திருந்து அதனுடன் மோதி மாண்டு, கீர்த்தி மிகுந்த தன் முன்னோர்களிடம் 'மாசில்லாத சாமுராய்' வீரனாகப் போய்ச் சேர வேண்டும் என்று விரும்பினான்.

வானைப் பார்த்திருந்தான் சுபுரோ. சீனர்களுடன் சண்டையிட்டுச் சாவதைவிட வெள்ளையர்களுடன் மோதி மடிவது எவ்வளவோ மேல். திடுக்கிட்டு வலப்புறம் திரும்பினான். ஓடிவந்த லெப்டினன்ட் கோபயாமா தெரிவித்தான். "தெற்கிலிருந்து கூட்டம் வருகிறது. சுமார் 100 ஆட்கள், இனம் தெரியவில்லை."

"சோதெஷ்யோ!" குதித்து நின்றான். கட்டளைகள் பறந்தன.

"இந்தோ, இந்தோ கொக்குமின் குன் தெசு" லெப்டினன்ட் ராஜதுரையும் மற்றும் ஐந்து தமிழர்களும் முன்னே வந்தனர்.

"இந்தோ...! இந்தோ கொக்குமின் குன் தெசு?" சபுரோவின் வாய் முனங்கியது. எதிரே நின்றவர்களை உற்றுப் பார்த்தான். இந்திய தேசிய ராணுவம் பற்றி அவன் கேள்வியுற்றிருந்தான். விவரமாக எதுவும் தெரியாது. இந்தியா, பர்மா எல்லையில் அவனுடைய பட்டாளம் இருந்த முனையில் இந்திய தேசிய ராணுவ அணி ஒன்றுகூட இருக்கவில்லை. எதிர் வரிசையிலோ பிரிட்டிஷ் - இந்தியப்படை இருந்தது. அதனால் ஜப்பானியருக்கு ஏற்பட்ட உயிர்ச்சேதம் அதிகம்.

ராஜதுரை, தப்பும் தவறுமான ஜப்பானியத்தில் சொன்னான்: "நாங்கள் மலேயாத் தமிழர்கள். பிரிட்டனை எதிர்த்துப் போராடுவதற்காக நேதாஜி நிறுவிய 'இந்தோ கொக்குமின் குன் தெசு'வில் சேர்ந்தோம். பிரிட்டிஷ் படைகள் முதல் தேதியன்று பினாங்கில் கரையிறங்குகின்றன. அதற்குள் சட்டை மாற்றிக்கொண்டு, பழைய தொழில்துறைகளுக்குத் திரும்பும் நோக்கத்துடன் விரைந்து கொண்டிருக்கிறோம். நிலைமை தெளிவானதும் பிரிட்டனை எதிர்த்து மீண்டும் போர் நடத்துவதற்கான திட்டமும் எங்களிடம் உண்டு. நாங்கள் நேதாஜியின் தொண்டர்கள்; பிரிட்டனின் எதிரிகள்; டாய் நிப்பனின் நண்பர்கள். இப்பொழுது, எங்கள் படை முகாமிலிருந்து முறைப்படி விடுக்கப்பட்டு பினாங்குக்குப் போய்க்கொண்டிருக்கிறோம்."

மேஜர் சபுரோவின் மனம் குழம்பியது. இவர்கள் நேதாஜியின் இந்தோ கொக்குமின் குன் தெசு சிப்பாய்கள் என்பதை எப்படித் தெரிவது....? ஒருவேளை மவுண்ட்பேட்டன் முன்கூட்டியே பிரிட்டிஷ் இந்தியப் படைகளை இறக்கி விட்டிருப்பானோ...

"உங்கள் படை முகாமிலிருந்து வெளியேறி இந்த வழியாகச் செல்ல, வடக்கு மலேயா ஜப்பானிய சேனாதிபதி அனுமதிச்சீட்டு கொடுத்திருக்கிறாரா?"

"வடக்கு மலேயா ஜப்பானிய சேனாதிபதி? அவர் அனுமதிச் சீட்டு எதற்கு? ம்... அது இப்பொழுது கைவசமில்லை."

"ஓ, ஓ, ஓ, சோதெஷ்யோ!" உறுமினான். "ஆயுதங்களையும் உணவுப் பொருள்களையும் என்னிடம் ஒப்படைத்துவிட்டுப் போங்கள். இன்றேல், டாய் நிப்பன் ராணுவத்தின் தாக்குதலுக்கு உள்ளாவீர்கள்."

"டாய் நிப்பன் சாம்ராஜ்ய ராணுவத்துடன் மோதும் நோக்கம் இந்தத் தமிழ்ச் சிறுவர்களுக்குக் கொஞ்சம்கூட இல்லை... மேஜர் சான் கிருபை கூர்ந்து, நாங்கள் வடக்கே செல்ல அனுமதி கொடுக்க வேண்டும். ஆயுதமின்றிப் போனால் சீனக் குரங்குகள் கடித்துத் தின்றுவிடும்."

"முடியாது, உடனே ஆயுதங்களை ஒப்படைக்கிறீர்களா, அல்லது..."

"மேஜர் சான் கிருபை கூர்ந்து அமைதி..." ராஜதுரை மின்னல் வேகத்தில் கீழே சாய்ந்தான். அதே விநாடியில் அவன் பிஸ்டல் முழங்கியது. டும். மேஜர் இச்சிவாரா சபுரோ சுருண்டு விழுந்தார். 'பன்சாய்.'

ராஜதுரையுடன் நின்றவர்கள் தாவி, எறிகுண்டுகளை வீசி விட்டுக் கீழே விழுந்துபுரண்டார்கள். டம்ம... டடம்ம்ம்... இரு புறமும் காட்டுக்குள் நின்றோரின் விசைத் துப்பாக்கிகள் அலறின. டட்டட் டர்ர்ர் டடட்டர்ர்ர். தெற்கே சற்றுத் தள்ளி நின்றவர்கள் பாய்ந்தோடி வந்தனர்.

ஜப்பானிய வீரர்கள் நின்ற இடத்தைவிட்டு நகரவில்லை. கடைசி வரை சுட்டுக்கொண்டே வீர முழக்கத்துடன செத்து விழுந்தார்கள். பன்சாய்! பன்சாய்! காயம்பட்டுச் சாய்ந்தவர்கள் ஹரகிரி செய்து - கத்தியால் வயிற்றைக் கிழித்துக் கொண்டு- மாய்ந்தார்கள்.

கால் மணி நேரத்தில் சண்டை முடிந்துவிட்டது.

சிம்பாங் தீகா போர்க்களத்தில் பலியான தமிழர்கள் 22 பேர். முப்பது பேருக்குக் குண்டு பட்டிருந்தது. நல்ல வேளையாக, அவர்கள் அனைவரும் நடந்து செல்லும் நிலையில் இருந்தார்கள். பிலாவடி யானின் ஆட்கள், களத்தில் கிடந்த தமிழ் உடல்களைக் கொண்டுவந்து சேர்த்தனர். காயம்பட்டவர்களுக்கு அவசர அவசரமாக மருந்து கட்டி முடித்ததும், உடல்களை என்ன செய்வதென்று ஆலோசனை நடந்தது. எரிப்பது ஆபத்தான வேலை; புதைக்க வேண்டியதுதான்.

புதைகுழி வெட்டுவதற்கு அங்கே தோதான இடமில்லை. வசதியான இடத்தை விரைவில் தெரிந்தெடுக்கும்படி வேவுக்காரர்களுக்குக் கட்டளை பிறந்தது.

களப்பலியான தோழர்களின் உடல்களோடு தமிழ்ப் படை மீண்டும் வடமுகமாய் விரைந்தது.

12. ஐந்து ஜாத்தி மரங்கள்

சிம்பாங் தீகா பாலத்துக்கு அரை மைல் வடக்கே, வலப்புறத்தில் சாலைக்குச் சிறிது தள்ளி, நீள் சதுரமான ஒரு பொட்டல்ல அதன் வட கடைசியில் ஐந்து ஜாத்தி மரங்கள் சேர்ந்து நின்றன. அவற்றின் கீழே குழிவெட்டி, அதில் சடலங்களை அடுக்கி, மூடினார்கள். மணி 5.10 கீழ்வானம் வெளுத்துக் கொண்டிருந்தது. சுற்றிலும் இருந்த காட்டில் இனம் தெரியாத பறவைகள் வகை வகையாய்க் கரைந்தன.

“இஸ்லாமியத் தமிழர் அறுவருக்காக லெப்டினன்ட் அப்துல்காதர் தொழுகை நடத்துவார்.”

அப்துல் காதர் முன்னே சென்று, மேற்கு முகமாய் மண்டியிட்டுத் தொழுகை நடத்திவிட்டுத் திரும்பினான்.

“யாருக்காவது திருப்புகழ், தேவாரம் தெரியுமா?”

“திருப்புகழ் தெரியும்” சுமத்ரா லேவாதேவிக் கடை ஒன்றிலிருந்து வந்த சங்கப்பன் முன்னால் அடி எடுத்து வைத்தான்.

“பாடு, குரலை உயர்த்த வேண்டாம்”

சங்கப்பன் கைகூப்பி நின்று பாடினான்:

“கருவினுரு வாகி வந்து
வயதளவிலே வளர்ந்து
கலைகள் பல வேதெரிந்து மதனாலே
கரியகுழன் மாதர் தங்கள் அடிசுவடு மார் புதைந்து
கவலை பெரிதாகி நொந்து மிகவாடி...”

தோள்களில் துப்பாக்கியை மாட்டியவாறு புதைகுழியைச் சுற்றிலும் கை கூப்பி நின்ற தமிழர்களின் மெய் சிலிர்த்தது. கண்கள் நீர் சொரிந்தன. காட்டுக்குள்ளிருந்து வந்த ஈரக் காற்றில் முகம் சில்லிட்டது.

ஜாத்தி மர உச்சியில் காவலிருந்த ஆண்டிச்சாமி, கீழ் விளிம்பில் இனம் தெரியாத ஆட்கள் நிற்பதாக, பறவைக் குரலில் எச்சரிக்கை கொடுத்தான்.

செல்லையா முகத்தைத் திருப்பாமல் ஓரக்கண்ணால் பார்த்தான். இடப்புறம் பொட்டல் விளிம்பில் ஆறு பேர் நின்றார்கள். முன்னால் நின்றவர்கள் தமிழன் போல் இருந்தது. மற்றவர்களுக்கு மங்கோலிய முகம். அவர்கள் கையில் விசைத் துப்பாக்கிகள் தென்பட்டன. எதிர்பாராத காட்சியால் மயங்கின மனம், ஒரு விநாடியில் தெளிவடைந்தது. சின்பெங்... எக்குத்தப்பான இடம்...

திருப்புகழ் தொடர்ந்து முழங்கிற்று: "உகரபடமேல்... மருகோனே... வருவோனே... பரவை மனை மீதிலன்று..." செல்லையாவின் பார்வை முன்னால் சென்றது. எதிரே நின்ற ராஜதுரையும் அப்துல் காதரும் அழையாவிருந்தினரை வெறித்துப் பார்த்துக் கொண்டிருந்தார்கள். இருவரின் பார்வையும் திரும்பிய செல்லையாவின் முகத்தில் விழுந்தது. ஆறு கண்களும் சந்தித்து நிலைமையை விளக்கிப் புரிந்துகொண்டன.

திருப்புகழ் வெகு விரைவாய் அழுகையாக மாறிக்கொண்டிருந்தது.

பகையசுரர் சேனை கொன்று அமரர் சிறை மீளவென்று பழனி மலைமீதில் நின்ற பெருமானே!

சங்கப்பன் பாட்டை முடித்துக்கொண்டு கண்ணைத் துடைத்தான். ஈமச் சடங்குகள் முடிந்தன.

செல்லையா கிழக்கே திரும்பி, இடது கையை மடித்து முதுகில் அணைத்தவாறு நடந்தான்.

"நீங்கள் யார்? இங்கே உங்களுக்கு என்ன அலுவல்?"

சிலைபோல் நின்ற காட்டு ஆசாமிகளின் எதிரே போய்க் கேட்டவனின் மலாய்க் கேள்வி காலைச் சூழலில் மணிநாதம் போல் ஒலித்தது.

"பாசிச எதிர்ப்புச் சேனையைச் சேர்ந்த செக்ஷன் லீடர் டி.கே.முத்துவேல். இது எங்கள் பிரதேசம்" முன்னால் நின்றவன் ஆங்கிலத்தில் விடையளித்தான்.

"அப்படியா! உங்களுக்கு என்ன வேண்டும்?" தமிழில் கேட்டான்.

"அதை உரிய சமயத்தில் சொல்வேன்" தொடர்ந்து ஆங்கிலத்தில் பதில் வந்தது.

"நல்லது. நீங்கள் தமிழரா அல்லது ஆங்கிலேயரா?" கேள்வியில் சாடல் வாடை வீசியது.

"ஐ யாம் ஏ காம்யுனிஸ்ட்" வலக்கையை மடக்கிக்கொண்டு முத்துவேல் உறுமினான்.

அழையா விருந்தினர் புதைகுழியை நோக்கிப் போய் வந்தனை செய்துவிட்டுத் திரும்பினார்கள்.

"உங்களுக்கும் எங்களுக்குமிடையே எவ்விதச் சச்சரவும் இல்லை என்பதை முதலில் தெரிவித்துக்கொள்கிறேன்." செல்லையாவின் முகத்தை நோக்கியபடி, பாசிச எதிர்ப்புச் சேனை செக்ஷன் லீடர் கூறலானான். "இது எங்களின் 3 ஆவது படை வட்டாரம். சுற்றிலும் இரண்டு பட்டாளங்கள் வளைத்து நின்றன. நண்பன் என்ற முறையில் சொல்கிறேன். இனிமேல், உங்களுக்கு இந்த ஆயுதங்கள் தேவையில்லை. கொடுத்துவிட்டுச் செல்லுங்கள்."

"அட்ல செப்பண்டி! அஅஅஆஅஆ..." என்ன காரணத்தாலோ, எப்பொழுதோ கேட்ட அந்தத் தெலுங்கு வார்த்தைகள் அப்போது செல்லையாவின் வாயிலிருந்து குதித்தன. தொடர்ந்து அடக்கமுடியாத சிரிப்பு. பக்கத்திலிருந்தவர்கள் விழுந்து விழுந்து சிரித்தார்கள்.

"அட்ல செப்பண்டி! அதென்ன, தமிழ்தானா? இதுவரை கேட்டதில்லையே!" முத்துவேல் முதன்முறையாகத் தமிழில் பேசினான்.

முகத்தில் மெல்லிய புன்னகை தோன்றி மறைந்தது. பின்னால் நின்ற சீனர்கள் விஷயம் புரியாமல் விழித்தார்கள்.

"அதுவா?... அது..."

இடப்புறத்தில் செடிகொடிகள் விலகிச் சலசலக்கும் ஒலி கேட்டது. எல்லோர் பார்வையும் அந்தத் திக்கில் திரும்பிற்று. ஒல்லியாய் வளர்ந்து, மகிழ்ந்த முகத்துடனிருந்த சீன இளைஞன் எட்டி நடந்து வந்தான். பின்னால் சுமார் 20 பேர் வந்தார்கள். முத்துவேலின் அணி விறைத்து நின்று வந்தனை செய்தது.

"லிம் கியூ. காப்டன், ஆன்ட்டி பாசிஸ்ட் பீப்பிள்ஸ் ஆர்மி."

வந்தவனின் வலது கை நீண்டது.

"செல்லையா, காப்டன். இண்டியன் நேஷனல் ஆர்மி."

இருவரும் கை குலுக்கினார்கள்.

"சிம்பாங் தீகா பாலம் நல்லா போட் போட்டீங்கல். எக்சலண்ட் வர்க். நல்லா வேலே, என் வேவு ஆல்கல் ஆக்ஷன் எலாம் பாத்ரார்கல். ரியல் பிளிட்ஸ்க்ரீக். நல்லா போட் போட்டீங்கல்." செல்லையாவின் கையைக் குலுக்கியவாறு கொச்சைத் தமிழும் ஆங்கிலமும் கலந்து பேசினான்.

“தாங்க்யூ காப்டன்.”

லிம் கியூவும் அவனுடன் வந்தவர்களும் புதைகுழிப் பக்கம் திரும்பி வணக்கம் செலுத்தினார்கள்.

“ஹவ் மெனி, எத்ன் ஆல்?”

“இருபத்திரண்டு.”

“வெரி சீப், வெரி வெரி சீப். நல்லா போட் போட்டீங்கல். எக்சலண்ட் வர்க்.”

நாவில் ரகரம் சரியாக வந்தது. மலேயாவில் பிறந்து வளர்ந்தவன் என்று செல்லையா முடிவு செய்தான்.

லிம் கியூ, ஒரு விநாடி செல்லையாவையும் மற்ற தமிழர்களையும் நோட்டமிட்டான்.

“இப்பொழுது தொழில்முறையில் பேசலாம், ஹ்ங்?” ஆங்கிலத்தில் கேட்டான். கம்பீரமான முகம் புன்முறுவலில் மிதந்தது.

லிம் கியூ சராய் பைக்குள் கையைவிட்டு ‘555’ டின்னை எடுத்துத் திறந்து நீட்டினான். செல்லையா ஒரு சிகரெட்டை உருவி எடுத்தான். முதலில் செல்லையாவுக்கு நெருப்பை நீட்டிவிட்டு, லிம் கியூ தன் சிகரெட்டைப் பற்ற வைத்தான். புகைத்து ஊதினர்.

லிம் கியூ உதட்டுப் பிடியிலிருந்த சிகரெட்டை விரல்களால் பற்றி எடுத்தான். வாயிலிருந்து மாசில்லாத ஆங்கிலம் கிளம்பியது.

“ஜப்பானியரின் கொடுங்கோன்மை ஒழிந்துவிட்டது.ஆனால், பிரிட்டிஷ் ஆட்சியுடன் ஒப்பிடும்போது அது சிற்றெறும்பு. இனிமேல் தான் ஆசியஇளைஞர்களுக்கு - குறிப்பாகப் போர்ப்பயிற்சி பெற்ற தமிழர்களுக்கு - முக்கியமான வேலை இருக்கிறது. இந்தியாவிலிருந்தும் மலேயாவிலிருந்தும் ஆசிய ஆப்பிரிக்க நாடுகள் அனைத்திலிருந்தும் வெள்ளையரை அறவே விரட்டியடிக்க வேண்டும்... பிரிட்டிஷ் ஆட்சியை ஒழிப்பதற்கு மலேயாதான் சரியான தளம். நாம் ஒன்று சேர்ந்து போராடினால், பிரிட்டனின் அடிவாரத்துக்கே வேட்டு வைக்கலாம். முறையாகப் பயிற்சி பெற்றவர்கள் எங்களிடம் குறைவு. ஐ.என்.ஏ. வீரர்களும் எங்களுடன் சேர்ந்தால், மாபெரும் சேனை ஒன்றை அமைத்து உலகைக் கிடுகிடுக்க வைக்கலாம். உங்கள் கருத்து என்ன?”

லிம் கியூவின் அன்புக்கும் நம்புறவுக்கும் நன்றி தெரிவித்து விட்டுச் செல்லையா கூறினான். “நாங்கள் முதலில் பழைய தொழில்

துறைகளுக்குத் திரும்ப வேண்டும். மற்றவை பிறகு. தவறாக நினைக்க வேண்டாம்."

"அப்படியா! சரி. வீணாகப் போகும் உங்கள் ஆயுதங்களைக் கொடுத்துவிட்டுப் போனால் என்ன?"

"ஆயுதங்கள்? அது சிக்கலான விஷயம். நன்கு ஆராய்ந்து தான் முடிவு செய்ய வேண்டும். அப்படிச் செய்வதற்கும் இப்போது சூழ்நிலை சரியாக இல்லை."

"ஓ!" கண்கள் குறுகின. "வலுக்கட்டாயமாய் ஆயுதங்களைப் பறிக்க நான் முடிவு செய்வதாக வைத்துக்கொள்வோம், அப்புறம்?" "சுட்டுப்பார்க்க வேண்டியதுதான்."

"கூடவே கூடாது. அது தவறு. பெருந்தவறு. நண்பர்கள் எப்போதுமே தகராறுகளைப் பேசித் தீர்க்க வேண்டும். கருத்துப் பாங்காகவே வலுக்கட்டாயம் பற்றிக் குறிப்பிட்டேன். தவறாக நினைக்கவேண்டாம். சிம்பாங் தீகா ஜப்பானியரிடமிருந்து ஆயுதங்கள் ஒன்று தவறாமல் கிடைத்தன... அவர்களைத் தாக்கத் திட்டமிட்டிருந் தேன். நீங்கள் முந்திக்கொண்டீர்கள்."

"எப்படியும் ஆயுதங்கள் உங்களுக்குக் கிடைத்துவிட்டன... ஜப்பான் வீழ்ந்த பிறகு நமக்குள் சச்சரவுக்கு இடமில்லை. முகாம்களி லிருந்து வெளியேறிச் செல்லும் ஐ.என்.ஏ. ஆட்கள் பற்றி உங்கள் கொள்கை என்ன?"

"ஐ.என்.ஏ. ஆட்கள் விவகாரத்தில் தலையிடக் கூடாதென்று எல்லா அணிகளுக்கும் கட்டளை வந்திருக்கிறது. சின்பெங்கின் நேர் உத்தரவு."

"நல்லது. ஆயினும், ஆயுத வேட்டை எண்ணத்துடன் சிலர் தாக்குதலில் ஈடுபடலாம்."

"அப்படி நடக்காது. உங்களுடன் என் ஆட்களை அனுப்புகிறேன். ஹ்ங், ஆயுதங்களை என்ன செய்யப் போகிறீர்கள்? வீணாக எங்காவது எறிந்துவிட வேண்டாம்."

"எறியவா? நல்ல விலை கிடைக்குமே, எதற்காக எறிவது, கோலப்பிறையில் துப்பாக்கிக்கும் ராணுவ உடைக்கும் நல்ல கிராக்கி இருப்பதாகக் கேள்வி."

"ஆ! யூ அசல் செட்டி" லிம் கியூ கலகலவென்று சிரித்தான். இருவரின் கைகளும் ஏக காலத்தில் நீண்டு ஒன்றையொன்று உறுதியாகப் பற்றின.

பாசிச எதிர்ப்புப் படையினர் ரொட்டியும் தேநீரும் கொண்டு வந்து கொடுத்தார்கள். பசியாறிய தமிழர்கள் மாலைவரை இளைப்பாறிய பின், 6.45 மணியளவில் விடைபெற்றுக்கொண்டு கிளம்பினார்கள். வழிநடைத் தேவைக்காக நிறைய தேயிலை, ரொட்டி, சிகரெட், பால் டின்கள் கொடுக்கும்படி விம் கியூ உத்தரவிட்டான். சற்று நேரத்தில் அவை வந்து சேர்ந்தன.

தமிழ்ப்படை, மீண்டும் வடக்கு நோக்கிப் புறப்பட்டது. சீனக் கொரில்லாக்கள் பத்துப்பேர் லெப்டினன்ட் ஒருவன் தலைமையில் உடன் சென்றார்கள்.

கோலப்பிறைக்கு மூன்றாவது மைலில் ஒரு ரப்பர்தோட்டத்தில் தமிழர்கள் உடைமாற்றிக்கொண்டனர்.

சீன லெப்டினன்ட், மஞ்சள் காகிதத்தில் மூடிக் கட்டிய பொட்டலம் ஒன்றைச் செல்லையாவிடம் நீட்டினான். அதில் பிரிட்டிஷ் 10 டாலர் நோட்டுக் கத்தைகளும், ஜப்பானிய 1000 டாலர் நோட்டுக் கத்தைகளும் இருந்தன.

பிஸ்டல் தவிர மற்ற ஆயுதங்களும் தளவாடங்களும், ராணுவ உடைகளும் சீன லெப்டினன்டிடம் ஒப்படைக்கப்பட்டன. பாசிச எதிர்ப்புப்படைக் கொரில்லாக்கள் விடை பெற்றுக்கொண்டு மரங்களிடையே மறைந்தார்கள்.

ஏற்கனவே பிரிந்து சென்றவர்களுக்கென்று பிரிட்டிஷ் நோட்டு களாக ஒரு தொகையைத் தனியே வைத்துக்கொண்டு, மீதமுள்ளதைச் செல்லையா பகிர்ந்தளித்தான்.

அலோர்ஸ்டார் பக்கம் போக வேண்டியவர்கள் கோலப் பிறையில் தங்கிவிட்டனர். செல்லையாவும் மற்றும் 33 பேரும் நாட்டுப் படகில் ஏறிப் பிற்பகல் 4 மணிக்கு பினாங் போய்ச் சேர்ந்தார்கள்.

கடற்கரையில் அவர்களை எதிர்பார்ப்பவன் போல் மாணிக்கம் நின்றான். இடது கை தலைமுடியைக் கோதிக்கொண்டிருந்தது; வாயின் வலக்கோடியில் சிகரெட் புகைந்தது.

பாகம் இரண்டு

1. யூனியன் ஜாக்

செப்டம்பர் முதல் தேதி காலையில் பிரிட்டிஷார் பினாங் நகருக்குத் திரும்பினார்கள். சீனர், தமிழர், மலாயர், யுரேஷியர் அடங்கிய கூட்டம் துறைமுகத்தில் குழுமி நின்று வரவேற்றது.

அட்மிரல் வாக்கர் தலைமையில் வந்த டாங்க் அணியின் போர்க் கப்பல்கள் பீரங்கி முழக்கத்துக்குச் சித்தமாய் நின்றன; சண்டை விமானங்கள் வட்டமிட்டுப் பறந்தன.

கடற்படைத் துருப்புகள் கரையிறங்கி, ஈ அண்ட் ஓ ஹோட்டலை நோக்கி நடந்தார்கள். ஈ அண்டு ஓ பினாங் வட்டகை ஜப்பானியப் படைகளின் அடிபணிவைப் பெறுவதற்கு முன்னால், பினாங் நகராட்சி மன்றத்தாரின் இசை வாத்தியக் குழு, இசை பரப்பிச் சென்றது. ஜீப் வண்டிகளிலும் லாரிகளிலும் பிரிட்டிஷ் ராணுவத்தினர் ஊர்வலம் சென்றார்கள். இருபுறமும், ஏந்திய துப்பாக்கிகளுடன் ஜப்பானியச் சிப்பாய்கள் காவல் நின்றனர், நேர்ப்பார்வை மாறாத சிலைகளைப் போல். வெற்றிக் காலத்தில் எக்காளம் ஊதின இந்த வீரர்கள் தோல்வி நாளில் ஒப்பாரி வைக்கவில்லை. வேடிக்கை பார்த்தோர் சிலர் ஜப்பானியச் 'சிலை'களைப் பார்த்து எள்ளி நகையாடி ஏசினார்கள். பிரிட்டிஷ் துருப்புகள் அவ்வாறு செய்யவில்லை. அதுமட்டுமல்ல; ஜப்பானியரின் முகத்தில் விழிக்க அவர்கள் வெட்கப்படுவது போலவும் தெரிந்தது.

ஜப்பானியத் தளபதி பிரிட்டிஷ் படையிடம் முறைப்படி அடி பணிந்தனர். உதயசூரியன் கொடி இறக்கப்பட்டு, யூனியன் ஜாக் மீண்டும் பறக்கலாயிற்று.

"கடவுள் மன்னரைக் காப்பாராக..." பாடல்அலறியது.

வெற்றி வீரர்களுக்கு, முன் வழக்கம்போல், பினாங் மக்கள் சார்பில் வரவேற்பு இதழ்கள் படித்துக் கொடுக்கப்பட்டன. பிரிட்டிஷ் மன்னருக்கும் அவருடைய கோடாத ஆட்சிக்கும் அசையாத அசைக்க முடியாத விசுவாசம் தெரிவித்துக்கொள்ளப்பட்டது. 1941 டிசம்பரில் வாகை மாலையுடன் வந்த ஜப்பானியருக்கும் ஏறக்குறைய இதே

போன்ற வரவேற்புகள்தான். அன்று கைதட்டி 'பன்சாய்' ஆரவாரம் செய்தவர்களில் பெரும்பாலோர் இந்தக் கூட்டத்திலும் இருந்தார்கள். அதே முக மலர்ச்சி அதே ஆர்வம், அதே விசுவாச அறிவிப்பு! அன்று தென்னோ ஹெய்க்கா; இன்று ஜியார்ஜ் மன்னர்! அன்று யாமஷித்தா; இன்று மவுண்ட் பேட்டன்!

நெடுங்காலமாக மறைந்துபோன சீமைச் சாராயப் புட்டிகளும் சிகரெட் பெட்டிகளும் பிரிட்டிஷாருடன் வந்தன. அவற்றை வாங்கி விற்கச் சீனச் சிறுவர் படையொன்று திரண்டது. வர்ணம் பூசிய வேசைகள் தொடர்ந்தனர்.

'பழி வாங்கும் படலம்' பிற்பகல் நான்கு மணிக்குமேல் தொடங்கியது. ஜெலுத்தொங் பகுதியைச் சேர்ந்த படகுத் தொழிலாளர்கள் சீனர்கள் முதன் முதலாகப் பிள்ளையார் சுழி போட்டார்கள், ஜப்பானியருடன் ஒத்துழைத்தவர்கள்' என்று கூறப்பட்ட சீனர்கள் ஆங்காங்கே தாக்கப்பட்டனர். ஆண்களும் பெண்களுமாகச் சிலர் உயிர் இழந்தார்கள்.

மது போதையால் மயங்கிய ஆஸ்திரேலியர், மதவெறிக்கு இரையான சில பஞ்சாபி சிப்பாய்கள் ஆகியோரின் உதவியோடு தமிழர் கடைகள் சில சூறையாடப்பட்டன. சில தமிழர்கள் அடிபட்டனர்.

பினாங் மக்களின் மனம் பிரிட்டிஷ் கப்பல்களின் வருகையால் மலர்ந்தது. பவ்டர்,. ஸ்நோ, லிப்ஸ்டிக் பஞ்சமில்லாமல் இனிப் பஞ்சாய்ப் பறந்துவிடும். கலிபோர்னியா ஆரஞ்சும், ஆஸ்திரேலியா ஆப்பிளும் தவறாமல் கிடைக்கும். பழைய உடைகளை விலைக்கு வாங்கி அணிய வேண்டிய தேவை இராது. ஜப்பானியரின் கட்டாய உடற்பயிற்சி வகுப்புகள் தொலைந்து போயின. பழைய மலேயா திரும்பிவிட்டது விஸ்கி, நடனம், குதிரைப் பந்தயம்...!

பிரிட்டிஷ் அதிகாரிகள் பினாங் ஐ.என்.ஏ. முகாமுக்குப் போய், பழையவர்களையும் புதியவர்களையும் தனித்தனியாகப் பிரித்தார்கள். பிறகு, பழையவர்கள் கைதிகளாக ஒதுக்கி வைக்கப்பட்டனர். புதிய வர்கள் ஆயுதத் தளவாடங்களை ஒப்படைத்துவிட்டு வெளியேறலா மென்று அறிவிக்கப்பட்டது. தமிழர்கள் வெளியே நடந்தார்கள்.

2. ஒரு வேட்டி

பிரிட்டிஷ் படை கரையிறங்கிய மறுநாள் காலையில் செல்லையா துயிலெழுந்தபோது மணி எட்டேகால். பல் துலக்கியதும் முனியாண்டி கொடுத்த காப்பியைக் குடித்துவிட்டு நாற்காலியில் அமர்ந்தான்.

“மாணிக்கமும் பழனியப்பனும் எழுந்துட்டாங்களா?” கால்களைத் தூக்கி மேசைமீது போட்டுக்கொண்டு சிகரெட் பற்றவைத்தான்.

“மாணிக்கையா இன்னம் எந்தரிக்கலை. அவரு செட்டியாரு விடியமுன்னே குளிச்சிப்பிட்டுப் போனாரு.”

“கோயிலுக்குக் கிளம்பிட்டான் போலிருக்கு. மாணிக்கம் எப்போது வந்தான்?”

“மூணுநாலு மணியிருக்கும். நீங்ய குளிக்கலையா?”

“சரி, கண்ணாடிப் பெட்டியை எடுத்துவை.”

தாழ்வாரத்தில் காலை வெயில் விழுந்து மயங்கியது. எதிர்ப்புறத் தென்னந்தோப்பில் ஐந்தாறு தமிழர்கள் தேங்காய் உரித்துக் கொண்டிருந்தனர். பக்கத்து வீடுகளில் சீனப் பெண்களின் கீச்சொலி கேட்டது. வடபுறம், நாலைந்து வீடுகளுக்கு அப்பால், சீனக் குழந்தை வைத்தியர் கொட்டகையிலிருந்து, ஆண் - பெண் பிள்ளைகள் பலர் சேர்ந்து அலறும் இரைச்சல் வந்துகொண்டிருந்தது.

செல்லையா எழுந்து தாழ்வாரத்துக்குப் போய் இருபுறமும் பார்த்தான். தெற்கே, முச்சந்தியில், போலீஸ் ஸ்டேசனுக்கு எதிரே, ஜீப் வண்டி நின்றது. அதனருகே இரண்டு பிரிட்டிஷ் அதிகாரிகளும் பத்துப் பதினைந்து சீனர்களும் தென்பட்டனர்.

குளித்து முடித்து முன்கட்டுக்கு வந்தபோது மாணிக்கம் சாய்மான நாற்காலியில் கிடந்தான். இடக்கைக் கட்டை விரலும் மோதிர விரலும் நெற்றியை அழுத்திக் கொண்டிருந்தன. வாயில் தொங்கிய சிகரெட்டும் மேசை மீதிருந்த காப்பி மங்கும் புகைந்தன.

“டேய், வேட்டி இருந்தால் எடு” செல்லையா நாற்காலியில் உட்கார்ந்தான். ‘முனியாண்டி! என்ன, வயிற்றுக்கு ஏதாவது அகப்படுமா?”

“இருக்குது. ஆப்பமும் புட்டும் வாங்கி வச்சிருக்கேன். கறி ஏதாச்சும் வாங்கியாரவா?”

“வேண்டாம். பலகாரத்தை எடுத்து வை” மாணிக்கத்தின் பக்கம் திரும்பினான். “டேய், தலையைப் பிடித்துக்கொண்டிருக்கிறாயே, ஏன்....? எங்கே போயிருந்தாய்?”

“வி.சி. லாம் - அவன்தான் டர்னர் கம்பெனி வெங்கடாசலம் அவன் அறையில் பெரியகொண்டாட்டம்... என்னவோ கேட்டாயே.... வேட்டியா? இல்லை... சராய், கைலி நிறைய கிடக்கும் பார்.”

“முதலாளி வீட்டுக்குப் போய்த் தலையைக் காட்ட வேண்டும். அந்நியக் கோலத்தில் போனால் அரண்டுபோவார்.”

“ஆம். மரகதம்கூட அரண்டு போகும். குண்டஞ்சு வேட்டி, டைமன் துண்டு எல்லாம் கிடைத்த பிறகு புறப்படலாம்.”

“போதும், நிறுத்து.”

“செல்லையா, நான் ஒன்று சொல்கிறேன், நினைவில் வைத்துக்கொள். குண்டஞ்சு வேட்டியும் டைமன் துண்டும் இனிமேல் உனக்குப் பொருந்தாது. பழைய அடுத்தாள் செல்லையா, கோலாமுடா காட்டில் மறைந்துவிட்டான்.”

“குழாயும் தொப்பியுமாய்த் திரிய வேண்டியதுதான் என்கிறாயோ?”

“ஆம். இனிமேல் செட்டி தெருவில் கொண்டுவிற்று நீ பெயர் எடுக்கவா? முடியாது.” கீழ் உதட்டைத் துருத்தினான். “அதுபோகட்டும். கைலிக்குச் சராய் பரவாயில்லை. முன்னொருமுறை குழாய் மாட்டிக் கொண்டு, முதலாளி வீட்டுக்குப் போனாயே? ஓ, அப்பொழுது வானாயீனா அவர்கள் இல்லையோ!”

“சரி, குழாயைப் போட்டுத் தொலைக்கிறேன். வீட்டில் முதலாளி இல்லாதிருந்தால் நல்லது. அங்கே, என் பெட்டியில் வேட்டி துணிமணி கிடக்கும்.”

“முனியாண்டியை அனுப்பி, எங்காவது வேட்டி வாங்கி வரச் சொல்லவா?”

“வேண்டாம், நேரமாகிவிடும்...ம், நேற்று வாலாட்டின பயல்கள் சங்கதி என்ன?” ட்ரவுசரைக் கால்களில் கோர்த்தவாறு கேட்டான்.

“இன்று வாலாட்டம் நின்றுவிடும். இல்லையேல் வால்களுக்கு ஆபத்து.”

“மாணிக்கம். இந்தச் சமயத்தில் ஆத்திரத்துக்கு இடம் கொடுக்கக் கூடாது. நீ பாட்டில் புது வம்புகளை விலைக்கு வாங்கிவிடாதே.”

“ஆகட்டும், உத்தரவு.”

“சரி, வரட்டுமா?” அழுக்குத் துணிக் கூடைக்குள் ஒளித்து வைத்திருந்த பிஸ்டலை எடுப்பதற்காகக் கையைவிட்டுத் துழாவினான்.

“வேண்டாம்.” மாணிக்கம் எழுந்தான்.

“ஏன்?”

"இரும்பு பிடித்தவன் கை சும்மாயிராதென்று சொல்வார்களே, தெரியுமா? பினாங்கை, சிம்பாங் தீகா பாலமென்று நினைத்து விட்டாயானால், தொல்லை."

"வழியில் ஏதாவது..."

"ஒன்றும் நடக்காது. போ, அலோர்ஸ்டாரிலிருந்து புதுச்சரக்குகள் நிறைய வந்திருக்கின்றனவாம். கண்டால், எச்சரிக்கையாக விலகி நட...."

"கோலாமூடா?"

"டேய். நாம் நினைத்தபடி ஒன்றும் இல்லை. வெள்ளைக் காரனுக்கு உடும்பு கையைவிட்டால் போதுமென்று இருக்கிறது. சின்பெங் இப்போது நம் வம்புக்கு வர மாட்டான்; ஏதோ ஆழமான திட்டம் போட்டு வேலை செய்கிறான். வேறு யார் வரப் போகிறார்கள்?"

"சரி, வரட்டுமா?"

"மரகதத்தைப் பார்த்து இளித்துக்கொண்டு ஒரேயடியாய் உட்கார்ந்துவிடாதே. ஆறு மணிக்கு முக்கியமான சங்கதி பற்றிப் பேச வேண்டும்."

"என்ன சங்கதி?"

"மண்ணாங்கட்டிச் சங்கதி. நீ போய்த் திரும்பு. அப்புறம் அதைப் பற்றிப் பேசலாம்"மாணிக்கம் குளிக்கக் கிளம்பினான்.

3. முதலில் பிழைப்பு

பேராக் தெருவில் டத்தோ கிராமட் சாலையை நோக்கி நடந்தான். காலை வெயில் முகத்தில் காய்ந்தது. கீரை, காய்கறிகளைக் காவடி கட்டித் தூக்கிவந்த சீனர்கள், இருபுறமும் தோன்றிப் பாதையில் ஏறினார்கள். தென்னை மரங்களிடையே தெரிந்த அத்தாப்பு வீடுகளிலிருந்து மலாய்ப் பெண்களின் களங்கமற்ற பேச்சொலி வந்தது. இடையிடையே சைக்கிள்கள், ரிக்ஷாக்கள் விரைந்தன.

"புக்குள் பிராப்பா. துவான்?" எதிரே, சிகரெட் புகைத்து வந்த மலாய்க்காரி கேட்டாள். மணியைச் சொல்லிவிட்டு நடந்தவன், பைக்குள் கையைவிட்டு, சிகரெட் பெட்டியை எடுத்தான்.

"அண்ணே!" வலப்புறத்துத் தோப்புக்குள்ளிருந்து, கைலியும் துருக்கித் தொப்பியுமாய் ஒரு இளைஞன் எட்டி நடந்து வந்தான். திறந்த சிகரெட் பெட்டியைக் கையில் பிடித்தபடி செல்லையா உற்றுப் பார்த்தான். ராமையா! சுங்குரும்பை 'ரெட்டை மூனாரூனா' கடை அடுத்தாள்...

"ராமையா, எப்பொழுது வந்தாய்? கோலக்கஞ்சார் முகாமில் நம் ஆட்கள் வெளியேறவில்லையே, நீ மட்டும் வந்துவிட்டாயா? இதென்ன இந்தக் கோலம்?"

"இருபது பேர் வெளியேறினோம். வழியில் சீனப் பயல்களுடன் லேசான தள்ளுமுள்ளு. நாலு பேரைக் காட்டுக்குள் தூக்கிப்போட்டோம். அதுதான். பத்து நாளைக்குத் தலையை மறைத்துக்கொண்டு இப்படி..."

"இங்கே எங்கே?"

"அதோ, அந்த வீட்டில்." தோப்புக்குள்ளிருந்த வீட்டைச் சுட்டிக் காட்டினான். "அபிராமம் ராவுத்தர் - எங்கள் கடைப்பற்று வரவுப் புள்ளி - மலாய்க்காரியைக் கட்டிக்கொண்டு குடித்தனம் நடத்துகிறார். அங்கேதான் இப்போதைக்கு இருப்பிடம்."

"அந்த நாலு பேர்தானா, மேற்கொண்டு ஏதாவது..." ராமையாவைக் கூர்ந்து நோக்கிச் சிரித்தான்.

"அதெல்லாம் ஒண்ணுமில்லை, அண்ணே. ராத்திரி ஒரு ஆஸ்திரேலியப் பயல் இடக்குப் பண்ணினான் மெக்கா லிஸ்டர் ரோட்டில் - அவனை ரெண்டு தட்டுத் தட்டி விட்டோம்."

"இந்தச் சில்லறை வேலையெல்லாம் வேண்டாம்... எல்லோருக்கும் ஆபத்து. வேறு யாரும் உன்னை உங்களைப் பார்த்தார்களா?"

"இல்லை இல்லை.தனியாக மாட்டிக்கொண்டான். ஏண்ணே, நேற்று நம் ஆட்களை அடித்துக் கடைகளைக் கொள்ளை அடித்தார்களாமே, பதிலுக்கு ஏதாவது செய்ய வேண்டாமா? பெரிய ஆட்கள் எல்லாம் பேசாமல் இருந்தால்...?"

"அதெல்லாம் முடிந்துவிட்டது. பொறுக்கித் தின்னிப் பயல்களின் வேலை. ராமையா, வீண் வம்புகளில் மாட்டிக்கொள்ளாதே, இனிமேல் பிழைப்புக்கு வழிதேட வேண்டும். மேலாளைப் போய்ப் பார்த்தாயா?"

"இன்னும் போகலை. ஏதாவது ஒரு வேலை... அண்ணே" நெருங்கிச் சென்று காதோடு காதாகச் சொன்னான். "ரெண்டு லைட் மெஷின் கன்னும் பத்து டாமி துப்பாக்கியும் அமுக்கி வந்திருக்கிறோம். ஜித்ரா ரெஜிமெண்ட் ஆட்கள் ஏராளமாக எறிகுண்டு வைத்திருக்கிறார்களாம்... பினாங்கில் ஒரு நாளைக்காவது தமிழனின் கைவரிசையைக் காட்ட வேணுமண்ணே."

"அதெல்லாம் காட்டும்போது காட்டலாம். முதலில் பிழைப்பு. நினைவிருக்கட்டும். எச்சரிக்கையாக இரு... சனியன்களைக் கண்காணாத இடத்தில் ரகசியமாக எறிந்துவிடுங்கள்."

“இதெல்லாம் சூட்டோடு சூடாய்ச் செய்தால்தான். பெட்டியடியில் போய் உட்கார்ந்துவிட்டால், வட்டிச் சிட்டையில்தான் புத்திபோகும்.”

“இதுதான் நல்லது. நாலு பேரைப்போல் நாமும் பணங்க காசோடு இருப்பதற்கு அதுதான் வழி.”

“சரி. நான் வருகிறேன். எச்சரிக்கையாயிரு.”

“ஜே ஹிந்த்!” ராமையா ஏமாந்த முகத்துடன் தோப்புக்குள் நுழைந்தான்.

செல்லையா சிகரெட்டைப் பற்ற வைத்துக்கொண்டு வடக்கே நடந்தான். மேலே விமானக் கூட்டம் பறந்து சென்றது. அண்ணாந்து பார்த்துவிட்டுக் கைக்குட்டையை எடுத்து முகத்தைத் துடைத்தான். முகாம்களிலிருந்து திரும்பும் தமிழர்கள் கதி என்ன? உழைப்பாளிகள் எப்படியும் பிழைத்துக்கொள்ளலாம். கடைப் பையன்கள் பாடுதான் கடினம். சுமத்ரா, இந்தோசீனாவிலிருந்து வந்தவர்கள் எப்போது திரும்புவது? அதுவரை அவர்களை யார் காப்பாற்றுவது? ராமையா போன்ற முரடர்களால் என்னென்ன சிக்கல்கள் ஏற்படுமோ...

“செல்லையா!” இடப்புறத்து வீட்டிலிருந்து இறங்கி ஓடிவந்த சாமி, இரு கைகளாலும் செல்லையாவின் தோளைப் பற்றினான்.

“சாமி! எப்போது வந்தாய்?”

“நேற்றிரவு. சிம்பாங் தீகா சண்டை பற்றிக் கேள்விப் பட்டேன்...” ஆங்கிலத்தில் பொழியலானான்.

“அதற்குள் தமிழை மறந்துவிட்டாயா?”

“தமிழா! இனிமேல் தமிழ் எதற்கு? செல்லையா, நம் கனவெல்லாம் பாழாகிவிட்டதே.” தொண்டை கம்மிக் கண்கள் கலங்கின. “டில்லியிலிருந்து நேரே என் பாட்டனர்ர் பிறந்த ஊருக்கு. திருவாடானை - போய்ப் பார்க்க வேண்டுமென்று எண்ணியிருந்தேன்...”

“நாம்தானா எல்லாம், இதோடு உலகம் முடிந்துவிட்டதா? நாம் தோற்றால் நம் பிள்ளைகள் வெற்றி பெறட்டுமே... நேதாஜி போனால் காந்திஜி இல்லையா?

“காந்தி... யோசித்துப் பேசுகிறாயா. அல்லது நேதாஜியால் முடியாததை உங்கள் காந்திஜி கிழித்துவிடுவாரோ? மடத்தனமான கூற்று. சரி, அவ்வளவுதான். நான் சொல்கிறேன். குறித்துக்கொள். இந்தியா ஒருபோதும் விடுதலை பெறாது!” வலக்கையை ஆட்டிக் கொண்டு ஆவேசம் வந்தவன்போல் கத்தினான்.

"சாமி காந்தியைப் பற்றி உனக்குத் தெரியாது. அவருடைய போக்கே தனி வகை. அந்த மனிதரின் திறமையை நம்மைப்போன்ற சிறுவர்கள் மதிப்பிட முடியாது. அதோடு வெற்றி தோல்விக்கு இடம், பொருள், ஏவல் என்று இருக்கிறது."

"இப்படியே வெறும் பேச்சாய்ப் பேசிக்கொண்டிருக்க வேண்டியது தான்."

சில விநாடிகள் ஒருவரையொருவர் பார்த்தபடி பேசாமல் நின்றார்கள். நேதாஜி திட்டத்தில் என்ன கோளாறு. நமக்கு வெற்றி கிட்டாதது ஏன்?

நேதாஜி திட்டத்தில் இருந்த பெரிய கோளாறு அவருடைய சாவுதான். அவர் மறைந்தபிறகு, நம்மையெல்லாம் சேர்த்துக்கட்டி மேய்க்கக்கூடிய ஆள் யாருமே இல்லை. கலையாமலிருந்தால் நமக்குள்ளேயே சண்டை வந்திருக்கும்.

"இப்படி முடியுமென்று நினைத்தோமா...? சையாம்காரப் பயல்கூட நெஞ்சைத் தூக்கிக்கொண்டு 'சுதந்திர நாடு' என்று சொல்கிறானே...! ம், இதோடு சரி, கையைக் கழுவ வேண்டியதுதான். உனக்குப் பழையபடி செட்டிதெருக் கொண்டு வேலைதானா, அல்லது..."

"இனிமேல்தான் யோசிக்க வேண்டும்."

"எங்கள் பேங்குக்கு ஆள் எடுக்கப் போகிறார்கள். விருப்பமிருந் தால் சொல். ராஜநாயகத்திடம் சொன்னால் வேலை முடிந்துவிடும்."

"பார்க்கலாம்."

"இன்னும் இரண்டு வாரத்தில் பேங்க் திறந்துவிடுவார்களாம். கேஷியர் சொன்னான்... சரி, வருகிறேன். எங்கே போகிறாய்?"

"முதலாளி வீட்டுக்கு."

"ராத்திரி மாணிக்கம் வீட்டுக்கு வருகிறேன். நீ இருப்பாயல்லவா?"

"ஓ."

"சரி." சாமி, இடப்புறத்து வீட்டை நோக்கித் திரும்பி நடந்தான்.

4. அன்று நடந்தது

வடமுகமாய் நடந்துகொண்டிருந்தான். மடங்கிய இடதுகை முதுகோடு ஒட்டியிருந்தது. வலதுகையில் சிகரெட் புகைந்தது. முதலாளி என்ன சொல்வார்? "யாரைக் கேட்டுக்கினு பட்டாளத்துக்குப் போனாய்?" என்று சீறுவார்... கண்டபடி கத்துவார். 'வேலையில்லாமல்

திரிந்தவனை அழைத்து வந்தேனே; இதுதான் உன் நன்றியோ' என்பார். மரகதம்? போன தடவை முகத்தைக்கூடச் சரியாகப் பார்க்க முடியவில்லை... காமாட்சியம்மாள்... பாவம்! வடிவேலைப் பறிகொடுத்த துயரம் ஒருநாளும் தீராது...

செவல்பட்டி குருசாமி பிள்ளை குருசாமி பண்டாரத்தின் மூன்றாவது புதல்வனாய் 1922 இல் பிறந்தவன் செல்லையா. அவனுடைய தந்தையும் வயிரமுத்துப்பிள்ளையும் மாண்டலே சா.முரு. பழ.முரு. கடையில் ஒரே சமயத்தில் அடுத்தாட்களாகக் கொண்டு விற்றவர்கள். இருவருக்கும் ஒரே ஊர்; ஒரே இனம். குருசாமி பிள்ளை கல்யாணம் செய்து கொண்டதோடு, கப்பல் ஏறுவதில்லை என்று முடிவு செய்து, ஊரில் சிறிய புடவைக்கடை வைத்து நடத்தி வந்தார். மூத்த மகன் பர்மாவுக்கும் இரண்டாவது பையன் சுமத்ராவுக்கும்போய் வந்துகொண்டிருந்தார்கள். மூன்றாவது மகனை 'கவர்மெண்டு' வேலையில் வைத்துப் பார்க்க விரும்பிய தந்தை, அவனை மதுரைக்கு அனுப்பிப் படிக்க வைத்தார். உயர் நிலைப்பள்ளியில் படிப்பு முடிந்ததும், கல்லூரியில் சேர வேண்டுமென்று மகன் தலைகீழாக நின்றான்; செல்வநிலை இடம் கொடுக்கவில்லை. ஆகவே, வேலைக்கு மனுப்போட்டுக்கொண்டும், கடையில் உட்கார்ந்து அரட்டை அடித்தும் காலங்கழித்து வந்தான். அப்பொழுதுதான் வானாயீனாவின் பார்வை பையன்மீது சரியாக விழுந்தது. ஆள் வாட்டசாட்டமாக இருக்கிறான். கோண எழுத்தும் படித்தவன். இழுத்துப் போட்டு வைத்தால் பலவகையிலும் தோதாயிருக்கும்... விருப்பத்தை குருசாமி பிள்ளையிடமும் தெரிவித்தார்.

வேப்பமரத்துக் கடை குருசாமிபிள்ளை சம்பாத்திய விஷயத்தில் சோப்ளாங்கி என்றாலும், உலக நடப்புத் தெரிந்தவர். மரகதத்துக்கு மாப்பிள்ளை தயாரிக்கிறார் வானாயீனா என்பதைப் புரிந்து கொண்டார். பெருமையினால் நெஞ்சு விரிந்தது. நம்ம சாதிசனத்தில் இவனைப்போல் எத்தனை பயல் இருக்கான்? படிப்பு, அழகு, ஒழுக்கம், அதோட குடும்பம் எல்லாம் ஒண்ணுபோலச் சேர்ந்துக்கினு இப்படி எவன்கிட்ட இருக்குது...

வட்டித்தொழிலில் செல்லையாவுக்கு நாட்டம் இல்லை. எனினும், தந்தையின் சொல்லைத் தட்டமுடியாமல், உடன்பட்டு வயிரமுத்துப் பிள்ளையுடன் 1939 இல் நாகப்பட்டினத்தில் கப்பல் ஏறினான்.

பினாங்குக் கடையில் சின்னையாபிள்ளை என்ற சின்னையா அம்பலம் மேலாள். செல்லையா தவிர நான்கு அடுத்தாட்கள். அவர்களில் நாகலிங்கம் முதலாளிக்குத் தூரத்து உறவு. பெட்டியடிப்

பையன்கள் இருவர். வானாயீனாவின் ஒரே மகனான வடிவேல் பள்ளியில் படித்துக்கொண்டிருந்தான்.

முதலாளியின் மனைவியும் மகளும் ஊர்பார்க்க வந்திருந்த சமயத்தில்தான், ஜப்பான் யுத்தம் தொடங்கியது. பினாங் நகரைத் தாக்கிய ஜப்பானிய விமானங்களின் குண்டுவீச்சுக்குப் பலியான நூற்றுக்கணக்கான தமிழர்களில் ஒருவன் வடிவேல்.

ஒரு பெரிய விமானம் மிகத் தாழ்வாய்ப் பறந்து சென்றது. அண்ணாந்து பார்த்தபடி நடந்தான்.

டிசம்பர் 11 ஆம் தேதி காலை, சிக்கந்தர் கடையில் காப்பி குடித்துக் கொண்டிருந்தான். டுடும்ம்ம்... திடுமெனக் கிளம்பிய வெடிமுழக்கம் காதைப் பிளந்தது. எல்லாம் கிடுகிடுத்து நடுங்கின. தரை புரள்வது போல் இருந்தது. முடிவு காலம் வந்துவிட்டது. இனிமேல் உயிரோடு போய் அம்மாவையும் தங்கச்சியையும்பார்க்க முடியாது. டுடுடும்ம்ம்.... டுடுடும்ம்ம்.... எங்கே பிறந்து எங்கே வந்து சாகிறோம்... விசைப் பீரங்கிகள் முழங்கின. டட்டடட்டர்ர்ர்ர்....

மேசையடியில் முழங்காலிட்டு, நெஞ்சுக்கும் தரைக்கும் இடையே கைகளை வைத்து விழுந்து கிடந்தான். தரைஅதிர்ந்தது. உடல் நடுங்கியது; உள்ளம் துடித்தது. கொஞ்ச நேரத்தில் குண்டு வீச்சு நின்றுவிட்டது. எழுந்து சுற்றுமுற்றும் பார்த்தான். யாருமே இல்லை. மக்கள் தலைதெறிக்க ஓடிக்கொண்டிருந்தார்கள். ஆண்கள், பெண்கள், குழந்தைகள்... எங்கே போகிறோம், என்ன செய்கிறோம் என்பதை அறியாமல் எதிரும் புதிருமாய் ஓடி முட்டிப்புரண்டு அலறினார்கள்.

டத்தோ கிராமட் சாலையில் முதலாளி வீடு திறந்து கிடந்தது. 'ஆறுமுகச் சந்தி சிக்கந்தர் கடையில் இருந்தேனே, இங்கு எப்படி வந்தேன்?' மரகதமும் காமாட்சியம்மாளும் தலையில் அடித்துக் கொண்டு அழுகிறார்கள். வானாயீனா பித்துப்பிடித்தவர் போல் நாற்காலியில் சாய்ந்து கிடக்கிறார்.

"செல்லையா! வடிவேலு எங்கப்பா? ம்... ம்... ம் இப்பத்தானே கடைக்கிப் போறமுனு பிள்ளை போச்சு. ம்...ம்...ம்..."

"அண்ணே! எங்கண்ணே போயிட்டிக, ம்...ம்...ம்... அண்ணே! ம்... ம்... ம்."

"ஒண்ணும் பயப்படாதியக. நான் ஓடிப்போய்ப் பார்த்திட்டு வர்றேன். சங்கு ஊதினால், கையை நெஞ்சுக்கு அண்டக் கொடுத்துப் படுத்துக்கிடணும்."

தெருவில் இறங்கித் தலைதெறிக்க ஓடினான்.

இடது உள்ளங்கை நெற்றியைத் தடவியது. வாயில் புகைந்த சிகரெட்டை எடுத்து எறிந்துவிட்டுப் புதியது ஒன்றைப் பற்ற வைத்தான். நேற்று நடந்தது போல் இருக்கிறது. எவ்வளவு காலமாகிவிட்டது.

மக்கள் வெள்ளத்தில் எதிர் நீச்சல் அடித்துச் செட்டி தெருவை நோக்கி ஓடினான். நெடுகிலும் ஒரே ஓலக்குரல்; போச்சே! போச்சே! எல்லாம் போச்சே! தலையிலும் வயிற்றிலும் அடித்துப் புலம்பினார்கள். தெய்வங்களை அழைத்தார்கள். முருகா! அல்லா! பதினெட்டாம் படிக் கருப்பா! ஓடினவர்கள் ஒருவர் மீதொருவர் மோதிப் புரண்டார்கள். பெண்களும் குழந்தைகளும் சுருண்டு விழுந்து கதறினார்கள். மூட்டை முடிச்சுகளும் பெட்டிகளும் உருண்டு சிதறின. கார், சைக்கிள், ரிக்ஷாக்கள் பறந்து சென்றன. துறைமுகத்தை அடுத்த பகுதியின் பல இடங்களில் பெருந் தீ கொழுந்துவிட்டு எரிந்தது. ஒரே புகை மூட்டம். செல்லையா ஓடினான்.

சூலியாதெரு - செட்டி தெரு சந்திப்பில் வடிவேலின் உடல் கிடந்தது. இருகைகளாலும், மூன்று நாட்களுக்கு முன் வாங்கிய ஸ்போர்ட்ஸ் சைக்கிளின் கைப்பிடியைப் பற்றியிருந்தான். சுற்றிலும் இனம் தெரியாத உடல்களும் உறுப்புகளும் சிதறிக் கிடந்தன. கிழக்கே, வடக்கே, தெற்கே கடைகள் கேட்பாரின்றி எரிந்தன. வானாயீனா மார்க்கா கிட்டங்கியை நோக்கி ஓடினான். திண்ணையில் மூன்று பிணங்கள் சம்மணம் கூட்டி உட்கார்ந்திருந்தன... திரும்பி, வடிவேல் கிடந்த இடத்துக்கு ஓடினான். ஒலிமுகமது கடை நெருப்பு தெருவில் பரவி, வடிவேலை அணுகிக்கொண்டிருந்தது. நல்லவேளை...! உடலைத் தூக்கித் தோளில் போட்டுக்கொண்டு ஓட்டமும் நடையுமாய் வீடுபோய்ச் சேர்ந்தான்... தாயும் மகளும் முட்டி மோதிக்கொண்டு அழுத அழுகை...

எட்டி நடந்தான். ஆள் நடமாட்டம் கூடியது. எதிரே டத்தோ கிராமட் சாலை.

"ஜே ஹிந்த்!" வலது பக்கம் பல குரல்கள் சேர்ந்து ஒலித்தன.

சுதந்திர விலாஸ் ஹோட்டலில், உயிரை வெறுத்த தோற்றத்துடன் ஐந்தாறு பேர் உட்கார்ந்திருந்தார்கள். ஒருவர் ஐ.என்.ஏ. உடையில் காட்சியளித்தார். ஹோட்டலுக்குள் நுழைந்தான்.

"ஜே ஹிந்த்" எல்லோரும் ஒருமித்து வரவேற்றனர்.

"ஜே ஹிந்த்! முக்கியமான ஓர் அறிவிப்பு. நேற்று முதல் யூனியன் ஜாக் பறக்கிறது."

"டேய் ராமு! காப்பி கொண்டாந்து வை" கல்லாவில் இருந்த 'பிலாசபர்' சுந்தரராமன், கையிலிருந்த புத்தகத்தை மேசையில் வைத்துவிட்டுக் கூவினார். "வாப்பா தம்பி, நமஸ்காரம்."

"நமஸ்காரம்!" கதவை ஒட்டியிருந்த நாற்காலியில் உட்கார்ந்தான்.

"செல்லையா, சங்கதி தெரியுமா? நம் ஆட்களை எல்லாம் கண்காணிக்கும்படி சொல்லியிருக்கிறார்களாம். மேனன் பயல்தான் விலாசங்களை எழுதிக்கொண்டு திரிகிறான்" ஜித்ரா முகாம் லெப்டினன்ட் அரசமுத்து சொன்னான்.

"போகட்டும் போ. நீ எப்பொழுது வந்தாய்?" காப்பியை எடுத்துக் குடித்தான்.

"நேற்று. மேனன் பயலுக்குச் செம்மையாய் நாலு போடு போட்டு விடலாமா?"

"ஆகவேண்டிய வேலையைப் பார்த்தால் போதும். முதலில் ரத்தப் பாஞ்சாங் போய்ச் சேர். மேனனைஅடித்தால் கேள்வி இராது என்று நினைத்தாயா? நீ அவனை அடித்துவிட்டுப் போனால், இருப்பவர்கள் எல்லோரும் பூசை வாங்க நேரும்."

"ஓ! மேனன் அவ்வளவு பெரிய கொம்பனா?"

"அரசமுத்து. வெறும் தடித்தனத்தால் கெடுதல்தான் வரும். எதையும் கால நேரம் பார்த்துச் செய்ய வேண்டும்."

"சரி, உன்னிடம் யோசனை கேட்டதே தவறு." முகம் சுளித்தது. பிறகு, செல்லையாவுக்குப் பழக்கமில்லாத இருவரை அறிமுகம் செய்து வைத்தான். முதல் ஆள் கிம்லான் முகாம் சாத்தையா. இரண்டாவது ஆள். ராணுவ உடையில் இருந்தான்.

"இவன்தான் ராணுவ கவர்னரின் காரை மறித்து சிகரெட்டுக்கு நெருப்புக் கேட்டவன் - சப் ஆபீசர் நடராஜன்."

நடராஜன் கண்களைக் குறுக்கிக்கொண்டு சிரித்தான். 'ஜித்ரா' நடராஜனின் திருவிளையாடல்களை அறிந்த நண்பர்களின் சிரிப்பு கலகலத்தது.

"நெருப்புக் கேட்டதுக்குப் பிரத்தியா அவன்ட்ட வேட்டி சட்டை கேட்டிருந்தா, இன்னிக்கு ரொம்பப் பிரயோஜனமாயிருக்கும்" மூக்குக் கண்ணாடி வழியாகக் கண்களை உயர்த்திப் பார்த்தவாறு, கல்லாவில் இருந்தவர் குறிப்பிட்டார்.

"அஅஆ! அஆஅஅ!" சிரிப்பொலியில் கட்டடம் அதிர்ந்தது.

“செட்டிநாட்டு வெட்டு தெரிகிறதே, அப்படித்தானா?” செல்லையா கேட்டான்.

“கொஞ்சம் ஒதுங்கிய சரக்கு, பாரிவள்ளல் தலைநகருக்கு அடுத்த ஊர்; கிருங்காக்கோட்டை” நடராஜன் பெருமிதத்தோடு சொன்னான்.

“நானும் அந்தப் பக்கந்தான்; செவல்பட்டி. இனிமேல் அடிக்கடி சந்திக்கலாம்... நேரமாகிறது. முதலாளியைப் பார்க்க வேண்டும். பிறகு வருகிறேன்.”

“ஏப்பா, நீ, மீசையை மைனஸ் பண்ணிக்கிட்டுப் போகப் படாதோ? இவர் பார்த்தால் மிரண்டு போயிடுவாரே” பிலாசபரின் உதடுகள் நீண்டன.

மீசையைத் தடவியவாறு புன்னகை புரிந்த செல்லையா விடை பெற்றுக்கொண்டு கிளம்பினான்.

“அது பத்தாதுன்னு குழாய் வேற மாட்டிக்கொண்டுபோறயே...” கல்லாவில் இருந்தவரின் குரல் பின்தொடர்ந்தது.

5. முதலாளி வீடு

டத்தோ கிராமட் சாலையில் இடதுபுறம் திரும்பிச் சென்று, வானாயீனா வீட்டுப் படிக்கட்டில் ஏறினான். எதிரே தபால் ஆபிஸ் அருகே நின்ற வாகை மரத்தடியில் ஐந்தாறு தமிழர்கள் - வேட்டிக் காரர்கள் - உரையாடிக்கொண்டிருந்தனர். சாலையில் பெரிய ஆஸ்பத்திரிக்குப் போய்வரும் நோயாளிகள் கூட்டம் மிகுந்திருந்தது.

“கருப்பையாண்ணே! கருப்பையாண்ணே!” தடதடவென்று கதவை இடித்தான்.

தாழ் நீக்கப்பட்டுக் கதவு நகர்ந்தது.

மரகதம்! மலைத்துப்போய் வியப்புடன் பார்த்தான். வலக்கை தாழ்ப்பாள் உயரத்தில் நிலைத்து நிற்க, இடக்கை மார்பின்மீது பதிந்திருந்தது. ஈரமுடி தொங்கிய தலை சற்றுச் சாய்ந்திருக்க, வாய் மலர்ந்து முத்துப்பல் வரிசை மின்னிற்று. அகன்று விழித்த கண்களில் ஆனந்தம் பொங்கியது.

செல்லையாவின் உடல், தலைமுதல் கால்வரையும் புல்லரித்தது. தொண்டை அடைபட்டு, கொஞ்ச நேரம் குரல் எழுப்ப முடியவில்லை. மரகதத்தின் கையைப் பற்ற வேண்டும் என்ற ஆசை மனதை உந்தியது.

“மரகதம்!” நெஞ்சாழத்திலிருந்து காதலோசை தேனாய், பாலாய், கனிரசமாய்க் கிளம்பிற்று. கைகள் நடுக்கத்துடன் முன்னே நீண்டன.

"வாங்க!" கண்ணை மூடித் திறந்தாள். " அம்மா உள்ளேயிருக்கு. கூப்பிடுறேன்." மறுவிநாடி ஓடிவிட்டாள்.

உள்ளே நடந்தான். நெஞ்சு திக்குத் திக்கென்று அடித்துக் கொண்டிருந்தது.

"அம்மா!" என்ற கூவல் உள்கட்டில் கேட்டது. அதைத் தொடர்ந்து மெல்லிய குரலில் ஏதோ சொன்னாள். என்ன இனிமையான குரல்!

"வா, செல்லையா, நல்லாருக்கியாப்பா, எப்ப வந்தாய்? உக்காரு…. தண்ணிமலையான் புண்ணியத்தில் சண்டை சாடிக்கையெல்லாம் ஒழிஞ்சிருச்சு… உக்காரப்பா… ஒங்க மொதலாளி கைலிக்கடை மொதலியார் வீட்டுவரை போயிருக்காக… அம்மா, மரகதம்! காப்பி போட்டுக்கினு வாம்மா… ஏன் நிக்கிறாய், உடகாரு."

சப்பாத்தைக் கழற்றிச் சுவரோரம் போட்டுவிட்டு, பெஞ்சுமீது உட்கார்ந்தான்.

"ஆமா, எப்ப வந்தாய்? இனிமப் பட்டாளத்துக்குப் போக வேண்டாமுல?"

"ராத்திரி வந்தேன்." முன்னரே வந்துவிட்டதாகச் சொன்னால் கணக்கு ஒப்புவிப்பது கடினம். "பட்டாளமெல்லாம் அவ்வளவுதான்."

"ராத்திரியே வீட்டுக்கு வரக் கூடாதா? எங்கெ போயிருந்தாய்?"

"ஜெலுத்தொங்கில்…."

"நம்ம மாணிக்கம் வீட்லதானே? ம்… அது ஒரு பிள்ளை… எல்லாம்…"

மரகதம் உடலைக் கூனித் தலையைக் குனிந்தவாறு வந்து காப்பி தம்ளரை வைத்துவிட்டுத் திரும்பச் சென்றாள். பச்சைப் பட்டுப் புடவையிலும் வெள்ளை ரவிக்கையிலும் மறைந்திருந்த பின்புறம் தெரிந்தது. சுருண்ட நெளிந்த ஆரம் காயாத கூந்தல் நுனி முடிச்சுடன் தொங்கிற்று.

"காப்பியக் குடியப்பா, ஆறுது."

திடுக்கிட்டுத் திரும்பித் தம்ளரைத் தூக்கினான்.

"போனதெல்லாம் போகட்டும். இனிமத் தாயாப் பிள்ளையா எல்லாரும் நல்லபடியா இருக்கணும். தண்ணி மலையான் நம்மளை யெல்லாம் எப்படி எப்படியோ ஆட்டி வச்சுப்பிட்டான்… ஆமா, வெள்ளைக்காரன் உங்களையெல்லாம் பிடிச்சு அடைக்கப் போறான்னாகளே, அப்படி ஒண்ணுமில்லையில?"

“அதெல்லாம் ஒண்ணுமில்லை. பழைய ஆட்களைத்தான் பிடிச்சு வைச்சிருக்காங்க.” காப்பியைக் குடித்துவிட்டுத் தம்ளரைக் கீழே வைத்தான்.

“செல்லையாண்ணே! கும்பிடுறேன் எப்ப வந்திங்க. நல்லா இருக்கிறியகள்ள?”

“தண்ணிமலையான் புண்ணியத்தில் ஒண்ணும் குறைச்சல் இல்லை யண்ணே. ம். பேசிக்கின்னு இருங்க. இந்தா வந்திட்டேன்.” கூடையை இடது தோளில் அணைத்தபடி உள்ளே நடந்தார்.

“என்னமோ, காலக்கூத்து இப்படியெல்லாம் ஆகியிருச்சி. நீ பட்டாளத்துக்குப் போயி பாடாப்பட்டு வந்திருக்காய்... நானும் மரகதமும் தெசை தெரியாத சீமையில வந்து அவதிப்படுறோம்... சண்டாளி, கண்ணான பிள்ளையவும் பறி கொடுத்தேன்” முன்றானை யால் கண்ணைத் துடைத்தார். “சரி, தண்ணிமலையான் விட்டபடி நடக்கட்டும்.... குளிச்சிட்டியா இல்லையா?”

“குளிச்சிட்டேன். முதலாளி வர நேரமாகுமா? நாகலிங்கம் எங்கே?”

“இப்ப வந்திருவாக. நாகலிங்கத்தை நியூ லயனுக்கோ, எங்கெயோ அவுகதான போகச் சொன்னாக.” கண்கள் செல்லையாவைத் தலை முதல் கால்வரை நோட்டமிட்டன. “ஏனப்பா, சட்டைக்காரனாட்டம் டவுசர் போட்டுருக்கியே, ஏன், அழகா வேட்டி கட்டிக்கிடப்படாதா?”

“காலையில வேட்டி கிடைக்கல. பெட்டிக்குள் இருக்கும். கட்டிக் கிறேன்” எழுந்தான்.

“வேல் மயிலம்! முருகா!” வயிரமுத்துப் பிள்ளை மிதியடி ஒலியுடன் உள்ளே நுழைந்தார்.

“நம்ம செல்லையா வந்திருக்கு” காமாட்சியம்மாள் கையை நீட்டிச் சுட்டினார்.

“என்ன யாரு?” திரும்பினார். பெஞ்சுக்கு முன்னால் நின்றவனைச் சில விநாடிகள் ஏற இறங்கப் பார்த்துவிட்டு நாற்காலியில் உட்கார்ந்தார். கீழ் உதடு முன்னால் துருத்தியது. பிறகு செருமல் கிளம்பிற்று.

“எப்படாப்பா வந்தாய்...? என்ன விஷயம்? இப்பத்தான் இங்கிட்டு வரணுமுனு தோணுச்சாக்கும்.” குரல் ‘இப்பத்தான்’ என்ற வார்த்தைக்குத் தனி அழுத்தம் கொடுத்தது. மீசையையும் சராயையும் கண்கள் அக்கறையுடன் கூர்ந்து கவனித்தன.

“இப்பத்தான் வந்தேன்.” ஏன் வந்தோமென்று இருந்தது.

“பட்டாளத்தில் இருந்தால், நெனைச்ச நெனைப்பில வரப்போக முடியுமா? ம்... உங்களுக்குக் காப்பி போட்டாறவா?” முதலாளி - அடுத்தாள் சந்திப்பு நேரம் சரியில்லை என்று காமாட்சியம்மாளுக்குப் பட்டது; பேச்சை வேற திசையில் திருப்பிவிட நினைத்தார்.

“வேண்டாம்” வெடுக்கென்று பதில் கிளம்பியது. செல்லையா பக்கம் திரும்பினார். “ஏன்டாப்பா நிக்கிறாய்? அப்படி உட்காரு.”

வழக்கமான முதலாளி - அடுத்தாள் உரையாடல் முறையில்தான் வானாயீனா பேசினார். ஆனால் முன்பெல்லாம் கடினச்சொற்களோடு விரவி வந்த உள்ளன்பு இப்போது தென்படவில்லை.

செல்லையா, பெஞ்சுமீது சம்மணம் கூட்டி உட்கார்ந்தான். மடங்கிய சராய் இடுப்பையும் முழங்கால்களையும் சுண்டி இழுத்தது.

“ஆமாம் கப்பல் எப்ப விடுவானாம், கேட்டுப் பார்த்தியகளா?” அடுப்பு வேலைகளை அப்புறம் கவனித்துக்கொள்ளலாம். என்று முடிவு செய்த காமாட்சியம்மாள், சுவரோரம் தரையில் உட்கார்ந்தார்.

“கப்பலா? அதுக்கு இன்னும் நாளாகும்!” முகத்தைச் சுளித்தார். சமையல்கட்டுக்குப் போகாமல் மனைவி சண்டித்தனம் செய்வது ஏன் என்று நன்றாகத் தெரிந்தது. கோபம் பொங்கிற்று. தொழில்துறையில் ‘பெண்கள்’ தலையிடுவது அவருக்கு அறவே பிடிக்காது.

“அந்த வங்கி ஐயர் வீட்டம்மாவுக்கு என்னமோ கைமாத்துக் கொடுத்தமுன்னியே அதைக் கேட்டு வாங்கியா, போ. வெள்ளி தேவையிருக்கு!” மனைவியின் முகத்தைப் பார்க்காமல் கடுகடுப்பாகச் சொன்னார்.

“இப்பப் போனா ஐயர் இருப்பாரு. அப்புறம் போறேன்... ம் இன்னைக்கி என்ன கறி வைக்யணும்?”

“என்னத்தையாவது வச்சித்தொலை, போ.”

செல்லையா தரையைப் பார்த்தபடி இருந்தான். கோபத்தில் நெஞ்சு குமுறியது. ஏன் வந்தோம் என்று எண்ணித் தன்னைத்தானே நொந்துகொண்டான். வானாயீனா மார்க்காவை விட்டால் வேறு கதியில்லை என்ற நிலையில் அவன் இல்லை. ஆனாலும் அவசரப் பட்டுப் பழைய தொடர்பை அறுத்துக்கொள்ளக் கூடாதென்று உள்மனம் கூறியது. தொடர்பு அறுந்துவிட்டால், மறுபடியும் ஒட்ட முடியுமா...? மரகதம்...! முதலாளி வயசில் பெரியவர், வேலை கிடைக்காமல் ஊரில் திரிந்தபோது அழைத்து வந்து வேலை கொடுத்தார்.

"கொண்டு விக்கிறதுக்கு வந்தால், கொண்டு விக்கிறதோட இருக்கணும். நம்பிக் கூட்டியாந்தவனை நடுத்தெருவில் விட்டுப் பிட்டுப் பட்டாளத்துக்குப் போறதும், பெரிய பட்டாளத்து நாயக்கர் மகன் மாதிரி டப்பு டுப்புன்னித் திரியிறதும்... ஆமா அஅ, யாரைக் கேட்டுக்கினு போனாய், ம்? எசக்குபிசகாய் ஒண்ணு ஆனாப்போனால், ஒங்கப்புக்கு நான்ல சவாப் சொல்லணும்? கொஞ்சங்கூடக் கருக்கிடை இல்லையே..." அட்டணைக்கால் போட்டிருந்தவரின் வலது பாதம்ட துடித்தது.

தரையைப் பார்த்திருந்த செல்லையா வாயைத் திறக்கவில்லை. மரகதத்தைப் பற்றிய எண்ணங்கள் மனதில் அலையடித்தன.

காமாட்சியம்மாள் கணவரின் முகத்தைப் பார்த்தபடி இருந்தார்.

"ம்ம்... ஒண்ணும் சரியில்லை. நினைக்கிறது ஒண்ணு, நடக்கிறது ஒண்ணாயிருக்கு. கைக்கு உதவியாயிருப்பாயினு நினைச்சிக்கினு இருந்தேன்... ம்ம்." கண்கள் மூடின.இடக்கை நாடியைத் தடவியது. இவன் இனிமேல் தொழிலுக்கு லாயக்குப்பட மாட்டான். பட்டாளத்துக்குப் போயி டப்பு டுப்புன்னித் திரிஞ்சு பழகின பய. சூட்டிகையான பய, பேர் சொல்வானினுன்னு நெனைச்சம். நெனைச்சதுக்கு ஏறுமாறாயிருக்கு. கொஞ்ச நாளைக்கி வச்சிருந்து பெத்தவன் கையில சேர்த்துப்பிட்டா, அப்புறம் பிராப்தப்படி நடக்கட்டும்...'

"கடையில் பழையபடி தொழில் ஆரம்பிச்சி..." செல்லையா மெதுவாக இழுத்தான். மனம் ஒரு முடிவுக்கு வந்துவிட்டது. பணிந்து போவதுதான் நல்லது. வேண்டாமென்றால், அவராக வாய்விட்டுச் சொல்லட்டும்...

"ம்ம்... கடையில?"

"இல்லை, கடையத் துப்புரவு பண்ணிக்கின்னி வச்சாக்கா..." செட்டிதெருப் பேச்சுமுறை, உரிய ஏற்ற இறக்கம், விரித்தல் குறைத்தலுடன் சரளமாக வந்தது.

"ம்ம்?"

பிள்ளையவர்களின் வலக்கை நெற்றியைத் தடவியது. 'நாகலிங்கம் பய அங்கிட்டு என்னமோ அடிபிடியாக் கிடக்குது; ஒரு மாசம் போனாதான் கடை கண்ணியத் திறக்கலாமுன்னானே. அதொரு சூதறைக் கழுத. இவன் இப்பவே திறக்கலாமுங்கிறான். சரி, கடையை ஒழுங்கு பண்ணி வைக்கிறதும் நல்லதுதான்.. இவன் சூட்டிகையான பயல். ஒரு வருசம் ஊர்ல போய் இருந்துபிட்டு வந்தான்னா

திருந்தியிருவான். ஆனாக்கா இந்தத் தொழிலுக்கு லாயக்கில்லை. வருசக் கணக்காய் அவுத்துவிட்ட கழுதை மாதிரி திருஞ்சதில உடம்பு நிமுந்திருச்சி. மீசையும் டவுசரும் சைங்காரப் பயலாட்டம்...'

"ம்ம், சரி, சாவிய எடுத்துக்கினு போயி எப்படி இருக்குதின்னிப் பாரு. இப்ப நல்ல நேரமில்லை. சாப்பிட்டுப்பிட்டு மதியத்துக்கு மேல போனாப் போதும். அந்தப் பய நாகலிங்கத்தையும் கூட்டிக்கினு போ."

"அவரு... சீனா"

"மேலாளா? பத்து நாளாக் காச்சல். நியூலயன்ல அவுகண்ணன்கூட இருக்கான்" காலைத் தொங்கவிட்டுச் சாய்ந்தார். "ம்ம்... இத்தினி வருசமாப் பட்டாளத்தில் கொண்டுவித்தியே, என்னமிச்சம், இந்த டவுசர்தானா?"

செல்லையா பதில் சொல்லவில்லை.

"ஆ அமா, கடையில கொண்டுவித்தவுகள்ளாம் என்னத்தைக் கிழிச்சாக. ஜப்பான் நோட்டுகளை மூட்டைபோட்டுக் கட்டிவச்சது தான் மிச்சம். என்னமோ, அதது லெவிதப்படி நடந்தது. அன்னக்கி எழுதியவன் அழிச்செழுதப் போறானா?" காமாட்சியம்மாள் நடுமைக் குரலில் சலித்தவாறு செல்லையா பக்கம் திரும்பினார்.

"ஓம் பெட்டி சாமானெல்லாம் மேவீட்ல இருக்குதப்பா, போயிப்பாரு."

செல்லையா முதலாளி முகத்தைப் பார்த்தான்.

"மொதல்ல போயி இந்தச் சனியனைக் கழட்டிப் போட்டுப் பிட்டு வேட்டியக் கட்டிக்ய. வம்பு தும்பு ஒண்ணுலயும் மாட்டிக்கிடாம, நாம் உண்டு நம்ம தொழில் உண்டுன்னு இருக்கணும். ஆமா, சொல்லிப் பிட்டேன். சரி போ" மீசைமீது பார்வையைச் செலுத்தியவாறு முதலாளி உத்தரவிட்டார்.

செல்லையா மாடிப் படிக்கட்டில் ஏறினான். காமாட்சியம்மாள் சமையலறையை நோக்கி விரைந்தார்.

படிக்கட்டில் ஏறின அடுத்தாளை வயிரமுத்துப்பிள்ளை இமை கொட்டாமல் பார்த்தார். வளர்ந்து நிமிர்ந்து முறுக்கேறியிருந்த உருவம் அவர் மனதில் இன்னதென்று விவரிக்க இயலாத கிளர்ச்சியைத் தோற்றுவித்தது. வடிவேலின் நினைவு கிளம்பி எண்ணத்தைக் குழப்பிற்று.

வயிரமுத்துப் பிள்ளை சிறுவயது முதல் 'செட்டிய வீட்டுத் தொழிலில்' இரண்டறக் கலந்து வளர்ந்தார். பெட்டியடிப் பையனாகவும் அடுத்தாளாகவும் இருந்த காலத்தில், வந்தவர் போனவர்க்கெல்லாம்

அடங்கி ஒடுங்கி நடந்து 'பதவுசான பய' என்று பெயர் பெற்றார். புதிதாக எதையும் செய்வதென்ற பழக்கமில்லாமல், முன்வழக்கப் படியும் மேலாவில் உள்ளவர்கள் சொன்னபடியும் செய்துபழகி ஆளானவர் வானாயீனா.

ஆதியில், மேல்துண்டை இடுப்பில் சுற்றிக்கொண்டு லேவாதேவித் தொழிலில் புகுந்தார். அடுத்தாளானபின், துண்டு இடது கைப்பிடிக்கு உயர்ந்தது; அப்புறம், மேலாளான பிறகு முழங்கை மடிப்பில் சிறிது காலம் தொங்கிப் பின், பட்டும் படாமல் தோளைத் தொட ஆரம்பித்தது. வானாயீனா மார்க்கா முதலாளியான பிறகுதான். மேல் துண்டு, தோளில் நன்கு படிந்து இருபுறமும் தொங்கத் தொடங்கிற்று. இவ்வாறு படிப்படியாக, முறை தவறாமல், மாற்றம் துலக்கமாய்த் தென்படாத வகையில் முன்னேறி வந்தவர் பிள்ளையவர்கள்.

கடையில் தீபாவளிக்குச் சுட வேண்டிய பலகார வகைகளுக்கு, கடந்த ஆண்டு தீபாவளிச் சிட்டையைப் பார்த்து அதிலுள்ளபடியே தாக்கீது பிறப்பிக்கும் வழிமுறையில் வந்த வானாயீனா, அடுத்தாள் செல்லையாவின் நடை உடை பாவனைகளைக் கண்டு வெகுண்டதில் வியப்பிற்கு இடம் ஏது?

வயிரமுத்துப்பிள்ளை கண்களை மூடி, விரலால் இமைகளை வருடினார். "அடக்க ஒடுக்கம் கொஞ்சங்கூட இல்லையே. மீசையும் டவுசரும் நெஞ்சைத் தூக்கிக்கினு நடக்கிற நடையும்.... சாட்டர் வங்கிப் பெரிய தொரையின்னி நினைப்பு போலயிருக்கு. அடக்கமில்லாத கழுதைங்க."

6. அழகி மின்லிங்

'**கெ**க் செங் கெடே காப்பி' மாடியில் உள்ள தென்மேற்கு அறையில் தமிழ் உரையாடல் கேட்டது. செல்லையாவும் பழனியப்பனும் தூய வெள்ளை வேட்டி சட்டை அணிந்திருந்தார்கள். புஷ்சட்டை - சராய் கோலத்தில் இருந்தனர் மாணிக்கமும் சாமியும். இருவரின் தொப்பிகளும் மேஜைமீது கிடந்தன. அப்துல் காதர் நீலச் சவுக்கப் பச்சைக் கைலி கட்டி, வெள்ளைச் சட்டையும் சந்தன நிறக் கோட்டுமாக இருந்தான். தலைமீது குஞ்சத்துடன் கூடிய துருக்கிக் குல்லாய்.

வடபுறச் சுவரில் சீனக் குடியரசின் தந்தை 'சன்யாட் சென்' னின் பெரிய படம் தொங்கியது. அதன் கீழே தரைமீது, தங்கக் கோலங்கள் கொண்ட மூன்று கால் கருங்காலி மேசையின் மேல், சாம்பிராணி புகைந்த பளிங்குக் கும்பா. பக்கத்து அறையிலிருந்து, சீனமொழியின் ஓய்வில்லா 'ங்' ஓசை வந்துகொண்டிருந்தது.

"அரளிப்பாறை மஞ்சு விரட்டுப் பார்த்து எவ்வளவு காலம் ஆகிவிட்டது. அடேயப்பா!" பழனியப்பன் குறிப்பிட்டான். மனக் கண்ணில் அரளிப்பாறை தெரிந்தது. அதன் முடியில் முருகப் பெருமானின் சின்னஞ்சிறு கோயில். பாறைக்குக் கிழக்கேயுள்ள பொட்டலில் இங்கும் அங்கும் கூட்டம் கூட்டமாக வண்டிகள். அவற்றின் அணைப்பில் திரள்திரளாக மக்கள் குழுமி நின்றார்கள். வண்டிக் கூடுகளின் மேல் அவல், கடலை தின்னும் சிறுவர் படை. பாறைமீது இளநீர் மட்டைகளைப் பரப்பி, அவற்றின்மீது உட்கார்ந்திருப்பவர்கள் கூட்டம். உச்சி வெயில் கொளுத்தியது. தெற்கே, கருவேப்பிலான் பட்டி, 'நின்று குத்திக் காளை' சீறுகிறது. வல்லாளப் பட்டி ஐயன் கூட்டத்தாரும், நெற்குப்பைச் சின்னச்சாமியின் ஆட்களும் பாய்ச்சல் காட்டுகிறார்கள்....

"மாணிக்கம்! கருவேப்பிலான் பட்டிக்காளை பிடிபட்டிருக்குமா?" பழனியப்பன் பரபரப்பாகக் கேட்டான்.

"அதைப் பிடிப்பதாயிருந்தால், வல்லாளப்பட்டி ஐயன் ஒருவன் தான். சண்டை ஆரம்பமாகும்வரை பிடிபடவில்லை."

'மஞ்சு விரட்டென்றால் சின்னமங்கலம் மஞ்சுவிரட்டுதான். அரளிப்பாறை எனக்குக் கொஞ்சங்கூடப் பிடிக்காது. வேகாத வெயிலில் நின்று சாக வேண்டும்" செல்லையா சொன்னான்.

"வெயிலுக்குப் பயந்தவன் மஞ்சு விரட்டுக்கு ஏன் போகிறாய்?" பழனியப்பன் கேட்டான்.

"எப்படியாவது ஒருமுறை மஞ்சு விரட்டுப் பார்த்துவிட வேண்டும். நேரில் பார்த்தால்தான் எதுவும் சரியாக விளங்கும்" தமிழ்நாட்டை அறியாத சாமி ஆர்வத்தோடு கூறினான்.

"கட்டாயம் பார்க்க வேண்டும். கப்பல் விட்டதும் போய்ப் பார்த்தால் போகிறது" பழனியப்பன் சொன்னான்.

காப்பி வந்தது; ஊற்றிக் குடித்தார்கள்.

"முருகன் அருளால் எல்லாம் ஐந்துக்கு இரண்டு பழுதில்லாமல் முடிந்துவிட்டது" பழனியப்பன் காலை நீட்டி நாற்காலியில் சாய்ந்தான்.

"ஒரே அல்லோல கல்லோலமாயிருக்கும் என்று எதிர்பார்த்தேன்.. செல்லையாதான் அவசரப்பட்டுவிட்டான். வீண்சேதம் - தவிர்த் திருக்கக் கூடியசேதம்" - மாணிக்கத்தின் இடதுகை தலை முடியைக் கோதியது.

"அவசரப்பட்டானென்றால் எதற்கு? என் தங்கச்சியைப் பார்க்கத் தான்" அப்துல்காதர் காப்பி மங்கைப் பார்த்துச் சொன்னான்.

"டேய், அத்தா! உன்னிடம் யார் கேட்டது? பேசாமல் உன்துருத்தியை ஊது" செல்லையா சீறினான்.

"பெண்ணாசை பொல்லாதது என்று சொல்லாத அறிஞர்களே இல்லை. பாரேன், இவன் மீசையைச் சிரைத்துவிட்டான், ஏன்? மீசை இருக்கும்வரை சித்தப்பா அண்டவிட மாட்டார். அப்புறம் தங்கச்சி?" மாணிக்கத்தை நோக்கி அப்துல்காதர் சொன்னான்.

"மீசையாவது மண்ணாங்கட்டியாவது! அவனுக்கு வேண்டியது ஒன்றே ஒன்று மரகதம்! வயிரம், கோமேதகம், புஷ்பராகம் அதெல்லாம் குப்பை..."

"மாணிக்கம். வாயை மூடுகிறாயா, இல்லையா?" செல்லையா கத்தினான்.

"எங்க தங்கச்சியைப் பத்தி நாங்க பேசுவம். அதுக்கு நீ என்னாம்பிளா அண்ணாவி?" அப்துல்காதர் சாவதானமாகக் கேட்டான்.

"சரி சரி போதும்" பழனியப்பன் தலையிட்டான்.

"சரி, வாயை மூடிக்கொள்கிறேன்" மாணிக்கம் இடக்கையை மார்பில் அணைத்துக்கொண்டு, வலக்கையால் வாயைப் பொத்தினான். மறுவிநாடி வாய் மீதிருந்த கையை அகற்றி, முறுவல் பூத்தான். "ஆனால், ஒரு விஷயம். எனக்கு என்னவோ, கல்யாணக் கிறுக்குப் பிடித்த பயல்களைக் கண்டாலே பிடிக்காது. மனிதன் முதன்முதலாகச் செய்யும் தவறு என்ன? தாய் வயிற்றிலிருந்து வெளிவருவது. கடைசித் தவறு? சாவது. இந்த இரண்டுக்கும் இடையே ஒரு மாபெரும் தவறு செய்கிறான். அதென்ன?"

"மேரையேஜ்!" சாமி மேசையில் ஓங்கிக் குத்தினான்.

"அஅஆ.... நிக்காஹ்!" அப்துல்காதர் கெக்கலித்தான்.

"பிறப்பையும் இறப்பையும் மன்னித்துவிடலாம். ஆனால், கல்யாணம்! அந்த மாபாதகச் செயலை மன்னிக்க முடியுமா? இருக்கட்டும். "அதைப்பற்றி இன்னொரு நாள் விரிவாகப் பேசலாம்" வாசல் பக்கம் திரும்பினான். "ஏய்! சிங்லியோங்! உன் தலையில் அணுகுண்டு விழ, ஓடியாடா!"

"இஇஇஈ.. குன்ட்டூ...இஇஇஈ... என் வேனிம்? இஇஇஈ" ஓடிவந்தவன் முகமெல்லாம் பல்லாக இளித்தான்.

மாணிக்கம், 'மீ கோரெங்'கில் தொடங்கிப் பல பண்டங்களுக்கு ஆர்டர் கொடுத்து முடித்தான். பையன் கீழே ஓடினான்.

"டேய், வெள்ளி வைத்திருக்கிறாயா? என்னிடம் ஒரு காசுகூட இல்லை" அப்துல்காதர் சொன்னான்.

"அந்தக் கவலை வேண்டாம். என்னிடம் நிறைய இருக்கிறது. இல்லாவிடினும், ஆலிம் என் கணக்கில் எழுதிக்கொள்வான். அவசரத்துக்குக் கைமாற்றும் வாங்கலாம்."

"அதென்ன உன் விஷயத்தில் அவ்வளவு தாராளம்? என்றாவது ஒருநாள் கடன் சொன்னால்கூட, தலையைக் குனிந்து கொண்டு கையைப் பிசைவானே, பிசுனாறிப் பயல்!"

"ஆலிம் மகளை மாணிக்கம்தான் எமன் வாயிலிருந்து மீட்டு வந்தான்" பழனியப்பன் தெரிவித்தான்.

"அட, எனக்கு இவ்வளவு நாளாய்த் தெரியாதே. இந்தப் பயல் எங்கே கால்விட்டாலும் அங்கே பெண் வாடை வீசுதப்பா... மாணிக்கம், ஆதியோடந்தமாய், குறைக்காமல் விவரமாய்ச் சொல். இல்லை என்றால் என்னால் ஒன்றும் தின்ன முடியாது!"

"செல்லையா, சாமி, உங்களுக்குக் கதை கேட்க விருப்பம்தானா?"

"ஆமாமாம்."

"மெய்யன்பர்களே, கேளுங்கள் சொல்கிறேன். ஆலிம் மகள் மின்லிங் நல்ல அழகி..."

"அதில் என்ன சந்தேகம்?" அப்துல்காதர் தலையை ஆட்டினான்.

"தம்பி இலக்குமணா, கொஞ்சம் பொறப்பா... கெம்பித்தாய் மேஜர் கெனியோச்சி இச்சியாமா அவளை அமுக்கத் திட்டம்போட்டு, முதலில் அவள் கணவனையும், பிறகு அவளையும் பிடித்து அடைத்துவிட்டான். வழக்கம்போல் இரண்டு பிஸ்டல்களும், பாசிச எதிர்ப்புப் படையினரிடமிருந்து வந்தவை எனக் கூறப்பட்ட சில கடிதங்களும் கைப்பற்றப்பட்டன... நான் எப்பொழுதாவது, நயம் மீகோரெங் தின்ன வேண்டுமென்ற ஆசை எழும்போது இங்கு வருவேன். ஆலிம் எப்படியோ, என்னைப் பற்றி அதாவது ஆபத் பாந்தவன் என்று - கேள்விப்பட்டிருக்கிறான். மகள் பறிபோன நாள் மாலையில் என் காலைப் பிடித்துக்கொண்டு அழுதான். அன்றோ மீகோரெங் பிரமாதம். என் மனம் இளகிவிட்டது."

"நிறைய கொழுப்புச் சேர்த்திருப்பான்" செல்லையா விளக்கம் கூறினான்.

"இருக்கலாம். நியூபீச் அசோகவனத்துக்குப் போனவன், அதிலும் சீனத்தி உருப்படியாக வீடு திரும்புவாள் என்று நான் நம்பவில்லை. இருந்தாலும் முயன்று பார்க்கலாம் என்று போனேன்."

"கோதண்டத்தைத் தோளில் மாட்டிக்கொண்டு?"

"இல்லை. இரண்டு 'வெண் புரவி' பாட்டில்களைக் கையுறையாக எடுத்துக்கொண்டு - போலியல்ல, அசல் சரக்கு - விசேஷகால உபயோகத்துக்காக ஆலிம் பதுக்கி வைத்திருந்தது. ராவணன் என்றும்போல் சாக்கே பருகிக்கொண்டிருந்தான். 'ஆலிம் எனக்குச் சிறுவயது முதலே பழக்கம். மின்லிங் எனக்குச் சொந்தத் தங்கச்சி மாதிரி' என்று விவரித்தேன். அந்தப் பன்றிப்பயல் என்ன சொன்னான் தெரியுமா? 'இந்தக் கதையெல்லாம் தேவையில்லை. உன்சரக்கென்று எனக்குத் தெரியாது. தெரிந்தால் கொண்டுவந்திருக்க மாட்டேன்' என்று. அதோடு கணவன், மனைவி இருவரையும் விரட்டிவிட்டான். இச்சியாமா கையில் சிக்கியும் கண்ணகியாகத் திரும்பியவள் மின்லிங் ஒருத்திதான்; ஐயம் இல்லை."

"அப்புறம் நீ கையை நீட்டினாயாக்கும்?" அப்துல் காதர் கண்ணைச் சிமிட்டினான்.

"சீ, மடையா!"

"சரி, சரி, விடு. நீ பெரிய சற்புத்திரன்ல!"

சிங்லியோங் பலகாரத் தட்டுகளைக் கொண்டுவந்து வைத்தான்.

கொஞ்ச நேரம் பேசாமல், உண்பதில் கவனம் செலுத்தினார்கள்.

பையன் தட்டுகளை எடுத்துச் சென்றான். திடுமென மாணிக்கத்தின் குரல் கிளம்பியது...

"நாணமு மடனு நல்லோ ரேத்தும்
பேணிய கற்பும் பெருந்துணையாக
என்னோடு போந்திங் கென்துயர் களைந்த
பொன்னே கொடியே புனைபூங் கோதாய்!
நாணின் பாவாய் நீணில விளக்கே!
கற்பின் கொழுந்தே பொற்பின் செல்வி!"

"டேய் டேய், மாணிக்கம்! மறை கழன்றுவிட்டதா, என்ன? நீ பாட்டுக்குச் சாமி அழைக்க ஆரம்பித்துவிட்டாயே!" அப்துல்காதர் கத்தினான்.

"மனமாகி இருக்கிறதா என்று சொல்லிப் பார்க்கிறேன்."

"இதென்ன, 'கூளப்ப நாயக்கன் காதல்' காப்பியமா" செல்லையா வினவினான்.

"கோவலன் செட்டி காதல் நாடகம். அவன் தகப்பனுக்குக் காவிரிப் பூம்பட்டினத்தில் பெரிய மார்க்கா..."

மாணிக்கத்தின் பார்வை வாசல் பக்கம் மாறியது. ஆலிம் குடுகுடுவென ஓடிவந்து, அவன் காதில் ஏதோ சொல்லிவிட்டுத் திரும்பி விரைந்தான்.

"இன்ஸ்பெக்டர் குப்புசாமி!" மாணிக்கம் அறிவித்தான்.

7. இன்ஸ்பெக்டர் குப்புசாமி

"குட்மார்னிங் ஜென்ட்ல்மென்.... ஹல்லோ மாணிக்கம்!" இன்ஸ்பெக்டரின் கரிய முகத்தில் தங்கப்பற்கள் மின்னின. விஸ்கி மணம் குப்பென்று கிளம்பி வந்தது.

"குட்மார்னிங், இன்ஸ்பெக்டர்!" ஒருமித்து வரவேற்றார்கள். மாணிக்கத்துக்கு எதிரே காலியாய்க் கிடந்த நாற்காலியில் இன்ஸ் பெக்டரின் வளர்ந்து தடித்த உருவம் அமர்ந்தது. "இந்தாங்கப்பா, எனக்கு டாமில் நல்லா வாராது. நீங்க, தமிலப்பய இங்கிலிஷ் டாக் பண்ரான்னிட்டு வையாதீங்க என்ன?"

"இதோ பேசுகிறீர்களே, இன்ஸ்பெக்டர். எல்லாம் பழக்கந்தான்."

"இந்தாங்கப்பா, ஒங்களயெலாம் பிளாக் லிஸ்ட்ல வச்சி நோட் பண்ணணுமின்னிட்டு பார்க்ளே ஆர்டர் போட்ருக்கான். ஆய்தம் ஏதாச்சும் இருந்தாக்கா எறிஞ்சிருங்க. சின்பெங் கம்பெனிகளோட கனெக்ஷன் வேணாம். வெரி டேஞ்சரஸ்."

"அதெல்லாம் ஒன்றுமில்லை இன்ஸ்பெக்டர் வயிற்றுப் பிழைப்புக்கே தாளம் போடுகிறது. ஆயுதமாவது கீயுதமாவது" மாணிக்கம் இழுத்தான்.

"இந்தா, ரெட்டேக்கை! வெட்டி டாக் நோ யூஸ். உன்னயப்பத்தி எனக்கு நல்லாத் தெரியும். சொல்லிப்டேன். என்னத்தெயும் இளவு கூட்டாதிங்க."

"ஐ.என்.ஏ. ஆட்களால் ஒரு தொந்தரவும் ஏற்படாது" பழனியப்பன் குறிப்பிட்டான்.

"அசே, பழனியப்பன்! எனக்கு எல்லாந் தெரியும். எங்கட்ட கதை வேணாம். நீங்க பண்ர கூத்தெல்லாம் தெரியும்ப்பா. அன்னைக்கு ஜித்ரா பையன்க என்ன செஞ்சான்க?"

"என்ன இன்ஸ்பெக்டர், என்ன நடந்தது?"

"ஜித்ரா பையன்க என்ன செஞ்சான் தெரியாதா? பப்ளிக் ஸ்கூல் பில்டிங் இருக்கல்யா. எக்ஸ் ஐ.என்.ஏ. காம்ப். அங்கே அரிசி, டீ எல்லாம் இருந்திருக்கு. சுத்தி ஆஸ்ட்ரேலியன் கன்னர்ஸ் சென்டரி. நம்ம பையன்க கூரையைப் பிரிச்சி எறங்கி அம்ப்ட்டையும் தூக்கீட்டான்க. டீ மூட்டைய மட்டும் நூறு அம்பது டாலருக்கு வித்ருக்கு. எல்லாத்தையும் ட்ரேஸ் பண்ணிட்டேன். நம்ம பிள்ளைங்க. தம்லப் பயனுங்க பாவம்னிட்டு, அஞ்சாறு சீனனுகளப் பிடிச்சி மாட்டீருக்கேன். சொல்றது தெர்யிதா?"

"ஜித்ரா ஆட்கள் மேல் குற்றம் இல்லை. அது ஐ.என்.ஏ. ஸ்டோர் தான்" இன்ஸ்பெக்டரை ஏறிட்டுப் பார்த்து மாணிக்கம் சொன்னான்.

"ஓஹோ! பப்ளிக் ஸ்கூல் ரெய்டுக்கு பிளான் பண்ணின *ஜுக்காவ் யாரு, நெம்?" இன்ஸ்பெக்டரின் கண்கள் சுருங்கின. "எஸ்.எஸ். லெப்டினன்ட் ரெட்டேக்கை மாணிக்கம் ஆவ் த இண்டியன் நேஷனல் ஆர்மி" கரகரப்பான குரல் நாடக பாணியில் கூறியது. வலக்கை ஆளைச் சுட்டிக் காட்டிற்று.

"அநியாயமாய்ச் சொல்லாதீர்கள், இன்ஸ்பெக்டர். அன்று எனக்குக் காய்ச்சல். நீங்கள்தான் வந்து பார்த்தீர்களே"

"காச்சேல், காச்சேல்! ஹஹ்ஹஹ்ஹா! ஜித்ரா ரெய்டர்ஸ அனுப்பிவிட்டு ஜுக்காவ் என்ன செஞ்சாரு. நெம்? கம்ளிபிளாங்க் கெட்ட எடுத்துப் போத்திப் படுத்திட்டாரு. அப்ரம், காப்டன் பர்லிங்டன் பல்லு - டூத்கீள விள்ந்திருச்சே, தெரியுமா...? சுந்தரம் மார்டாப்பு - ஹார்ட் ஃபெய்லியர்ல செத்திட்டான்.... எல்லாம் தெரியும்ப்பா ஹஹ்ஹஹ்ஹா."

மாணிக்கத்தின் வாய் இறுகி மூடி இருந்தது. இடது கை தலைமுடியைக் கோதிற்று. மற்றவர்கள், இன்ஸ்பெக்டர் சொன்னது என்னவென்று புரியாதவர்கள்போல் விழித்தார்கள்.

"அவரு சப் ஆபிசர் நட்டராஜன் எங்கப்பா போய்ட்டாரு? மாணிக்கம்!"

"சிங்கப்பூருக்கோ எங்கோ போவதாகச் சொன்னான். தெரிய வில்லை."

★ மார்ஷல் ஜியார்ஜி ஜுக்காவ் - ரஷ்ய சேனாதிபதிகளில் தலைசிறந்தவர்.

“சரி, அங்ட்டே இர்க்கட்டும். பினாங் பக்கம் வர வேணாம்” இன்ஸ்பெக்டர் கண்ணை மூடிச் சிகரெட் புகையை இழுத்து ஊதிக் கொண்டிருந்தார்.

பையன் காப்பி கூஜாவையும் மங்குகளையும் கொண்டுவந்து வைத்தான்.

“காப்பி வந்திருக்கிறது, இன்ஸ்பெக்டர்” பழனியப்பன் சொன்னான். காப்பிக் கூஜாவைப் பார்த்ததும் இன்ஸ்பெக்டரின் முகம் கோணியது. “டாமிட்” முனகிக்கொண்டே சிகரெட் பற்ற வைத்தார்.

“விஸ்கி கொண்டுவரச் சொல்லவா?”

“நோ நோ, தாங்க்யூ, நோ லிக்கர் பிஃபோர் சன்செட்... இந்த சன்யனக் கொஞ்சம் குடிச்சித் தொலையிறேன்” ஊற்றிக் குடித்தார்.

“இந்தாங்ப்பா, எனக்கு நம்ம ஊர் பார்க்கணுமின்னிட்டு ரொம்ப ஆசை. வார் வந்ததிலிருந்து அதே நெனவு.” இமைகள் மூடி மூடித் திறந்தன; இடதுகை பிடரியைத் தடவியது. “என் சம்சாரம் மதுரெ மீனாச்சியப் பாத்து கும்புடணுமின்னிட்டு டெய்லி ஓர்ரி பண்றா. நீங்க யாராவது போறப்ப நாங்களும் வாரம்ப்பா.”

“கப்பல் விட்டதும் நான் கிளம்புகிறேன். நீங்களும் வாருங்கள், போவோம்” பழனியப்பன் சொன்னான்.

“மதுரெ சின்னத் தகரக் கொட்டகாயில் கிட்டப்பா சுந்தரம்மா கூத்து நடக்குமாமே, நீ பாத்ருக்கியா?”

“சிறு வயதில் பார்த்திருக்கிறேன். அங்கல்ல, பொன்னமராவதியில்.”

‘எங்க பாட்டி என்னத் திட்ரப்பல்லாம், ‘ஆத்தக் கண்டியா, அலகர சேவிச்சியா’ன்னிட்டு கேப்பாங்க. அந்த ஆத்து எங்கருக்கு, பழனியப்பன்?”

“அது மதுரை அருகே ஓடும் வைகை ஆறு. அழகர் கோயிலும் பக்கத்தில்தான்.”

“அந்த ஆத்து ரொம்ப நல்லாயிருக்குமா?”

“புலவர் நாவிற் பொருந்திய பூங்கொடி, வையை என்னும் பொய்யாக் குலக்கொடி” மாணிக்கம் முனங்கினான்.

“ஹேய், மாணிக்கம்! என்னா, கிண்டல் பண்ரியா?”

“அது வைகை ஆற்றைப் பற்றி ஒரு புலவர் பாடியது இன்ஸ்பெக்டர்.”

“ஓ, பொயட்ரி... எனக்கு பொயட்ரி ரொம்பப் பிர்யம், எஸ்பெஷலி சைனீஸ் கிளாசிகல் பொயட்ரி.”

“உங்களுக்குச் சீனம் எழுதப் படிக்கத் தெரியுமா? இன்ஸ்பெக்டர்?”

“நோ, தெர்யாது, ஒன்லி டிரான்ஸ்லேஷன்ஸ், மாணிக்கம், உனக்கு டாமில் நல்லாத் தெர்யுமாமே, இப்டி இளவு கூட்ரதுக்கு பதிலா, டாமில் போயம்ஸ்களெ ட்ரான்ஸ்லேட் பண்ரதுக்கு என்ன, நெம்?”

“நான் ஒரு வம்புக்கும் போவதில்லை. இன்ஸ்பெக்டர். யாரோ உங்களிடம் என்னைப் பற்றி இல்லாததும் பொல்லாததும் சொல்லி வைத்திருக்கிறார்கள். நாான் என்ன விளக்கம் சொன்னாலும் நீங்க நம்பப் போவதில்லை. என்ன செய்வது...! ஐந்தாறு தமிழ்ப் பாட்டு களையும் மொழிபெயர்த்துத் தருகிறேன்; படித்துப் பாருங்கள். அப்புறம் நீங்களாகவே முயன்று தமிழ் கற்றுக்கொள்வீர்கள்.

“ஓக்கே, தாங்க் யூ.”

“ஒரு மாதம் லீவ் எடுங்கள், இன்ஸ்பெக்டர். ஊரில் போய் எல்லா இடங்களையும் சுற்றிப் பார்க்கலாம்” பழனியப்பன் சொன்னான்.

“எஸ், எஸ்” முக்கி முனங்கிக்கொண்டே எழுந்து, சில விநாடிகள் எதிர்ப்புறச் சுவரை நோக்கியபடி நின்றார். உடல் லேசாக ஆடியது. நெற்றியில் வேர்வைத் துளிகள் தென்பட்டன. மேசையைச் சுற்றி இருந்தவர்களை ஒருமுறை பார்வையிட்டார். வாயிலிருந்து கரகரப்பான குரல் கிளம்பியது.

“இந்தாங்கப்பா நான் டாமில் படிக்கலே, ஊர் பார்க்கலே. ஆனாலும் நான் தம்லன்!” உடல் முன்னும்பின்னுமாக அசைந்தது. கண்கள் மேலேறிச் செருகின. ‘சொல்றது தெரியுமா? நான் தம்லன் , அசர் பத்தரெ மாத்தூ பாண்டி நாட்டுத் தம்லன்!” வலதுகை மார்பின் மீது அடித்தது. அறை கூவல் விடுபவர்போல முகங்களை மாறிமாறிப் பார்த்தார்.”

“அதில் என்ன சந்தேகம், இன்ஸ்பெக்டர்” மாணிக்கம் எழுந்தான். “நீங்கள் அசல் தமிழன், சிறந்த தமிழன்.”

மற்றவர்கள். மெய்மறந்து அசையாமல் உட்கார்ந்திருந்தனர். “சாரி, வெரி சாரி, வாரேங்கப்பா... சியரியோ!” வேகமாக நடந்து வாசலைத் தாண்டினார். மறுவிநாடி உருவம் மறைந்துவிட்டது. சற்று நேரத்தில் அவருடைய மோட்டார் சைக்கிளின் அலறல் கிளம்பிற்று.

8. தொழில்துறை

வயிரமுத்துப் பிள்ளையின் குளியல் முடிந்துவிட்டது. காமாட்சியம் மாள் எடுத்து வைத்திருந்த பச்சைக் குண்டஞ்சுக்கரை

வேட்டியைத் தார்மடி வைத்துக்கட்டி பனியனுக்குள் உடலைச் செருகினார். "வேல் மயிலம்! முருகா!" தண்ணீர்மலையான் கோயில் திருநீறு பட்டை பட்டையாய் நெற்றியில் ஏறியது. கோவணாண்டியாய்க் காட்சியளித்த முருகப் பெருமான் படத்துக்குக் கீழே போய் உட்கார்ந்து, கைகூப்பிக் கண்ணை மூடினார். வாயிலிருந்து வழக்கமான திருப்புகழ்ப் பாட்டுக் கிளம்பியது.

"சீர் சிறக்கு மேனி பசேல் பசேலென
நூபுரத்தின் ஓசை கலீர் கலீரென...
மரகதம்! அந்தப் பய கருப்பன் வந்திட்டானா?"
"அவர் இன்னம் வரலையப்பா."
"நூபுரத்தின் ஓசை கலீர் கலீரென...
மரகதம்! குழாயடியில் சாவிய வெச்சிருக்கனான்னிப் பாரு..."
"கலீர் கலீரென. சேர விட்ட தாள்கள்...

காமாச்சி! அந்தக் கிராணி சம்சாரத்துக்குக் கொடுத்த கை மாத்து வெள்ளி வந்திருச்சா?"

"இன்னமில்லை, நாளைக்குத் தாரமுன்னிச்சு."
'சேகரத்தின் வாலை சிலோர் சிலோர்களும்...
மரகதம்! சாவி இருக்கா?"
"இருக்குதப்பா, எடுத்து வச்சிருக்கேன்."

பிள்ளையவர்களின் பார்வை முருகப் பெருமானின் தலைக்கு மேல் தொங்கிய கடிகாரத்தின்மேல் விழுந்தது. அடச்சே, மணி ஒம்பதரையாச்சுதா...

"சேகரத்தின் வாலை சிலோர் சிலோர்களும்
சோலை வெற்பின் மேவு
தெய்வா - தெய்வானை தோள்
பூணி இச்சை ஆறு புயா புயாறுள பெருமானே!"

திருப்புகழைக் கடுவிரைவாய் முடித்துக்கொண்டு எழுந்தவர், மீண்டும் திருநீற்றைப் பூசியவாறே உள்கட்டுக்குப் போய்த் தடுக்கில் உட்கார்ந்தார்.

காமாட்சியம்மாள், கழுவிய இலையைப் போட்டு, இரண்டு தோசைகளை எடுத்து வைத்து, பருப்புக் குழம்பையும் தேங்காய்ச் சட்னியையும் ஊற்றினார்.

"காமாட்சி, இனிம விரசாய் ஊருக்குப் போயிரலாம். ஒரு மாசத்தில் கப்பல் விட்ருவானாம்."

“இன்னம் ஒரு மாசமா!” கையை நாடியில் வைத்துக் கண்ணை உருட்டினார்.

“அப்புறம் என்ன ரோட்ல மாட்டு வண்டி, ஓட்ற மாதிரியினு நினைச்சயா? கடல்ல கிடக்கிற குண்டு கிண்டையெல்லாம் எடுத்துத் துப்புரவு பண்ணணுமுல.”

“என்ன! தண்ணிக்குள்ளயுமா குண்டு போடுறான் பாவிப்பயல்...! பதத்துப் போகாது?”

“அதெல்லாம் அததுக்குத் தக்கனையா சூச்சியம் வைச்சிருக் கான்ல, சரி, காப்பிகொண்டா.”

“ஏன், அதுக்குள்ள என்ன அவசரம்? இன்னம் ஒரு தோசை தின்னா என்னவாம்?”

“போதும், காப்பிகொண்டா. சாட்டர் வங்கிப் பெரிய தொரை வந்திட்டாராம். அவரைக் கண்டுக்கிடணும்.”

காப்பியைக் குடித்துவிட்டு முன்கட்டுக்குப் போய் அலமாரியில் தொங்கிய சட்டையை அணிந்து மேல் துண்டை இடது தோளில் தொங்கவிட்டு மிதியடியை மாட்டி வலது கையில் குடையுடன் புறப்பட்டார்.

“இந்தா, காமாட்சி, கதவைப் பூட்டிக்ய” வாசலில் நின்றபடி, சாலையில் போன ரிக்ஷாவைக் கூப்பிட்டு ஏறினார். “வேல் மயிலம்! முருகா!”

ரிக்ஷா வண்டி கிழக்கு முகமாய் விரைந்தது. பிள்ளையவர்கள் காலை நீட்டிச் சாய்ந்தார். டிராம், கார், சைக்கிள், ரிக்ஷா வண்டிகள் பறந்தன. இருபுறமும் மாறிமாறிப் பார்த்தார். ‘இன்னம் கொஞ்சநாள்ல பழைய நிலைமை வந்திடும். *கித்தா விலை மளமளன்னி ஏறுச்சினாய் போதும். ம்ம்.. சண்டை வந்து பயகளைக் கழுதைப் புரட்டாக்கிப் பிடுச்சி. ஒவ்வொண்ணும் மட்டு மரியாதையில்லாம குழாயையும் தொப்பியையும் மாட்டிக்கிட்டு திரிஞ்ச திரிச்சல். பெட்டியடிக்கி இருந்ததுகள்ளாம் திடுதிப்புன்னிச் சொந்த முதலாளி. முறையா துறையா மேல வந்தாவுல நிலைச்சு நிக்யலாம். பத்தாததுக்குப் பட்டாளம். ஊரைப் பிடிக்கயப் போறாங்யளாம் ஊரை...’

ரிக்ஷா ஆறு முச்சந்தியைத் தாண்டிச் சென்றது. “தபே, தவ்க்கே புசார்!” இடப்புறம் நடைமேடையில் நின்ற ‘கத்திக் கடை’ லாம் சிங்

★ கித்தா - ரப்பர்.

லீ - பிள்ளையவர்களின் பற்று வரவுப் புள்ளி வந்தனை செய்தான். "தவே, தவே!" புன்முறுவலுடன் தலையை ஆட்டினார். வின்சர் தியேட்டர் நெருங்கியது.

"என்ன வானாயீனா, சாட்டர் வங்கிப் பெரிய தொரை வந்திட்டாரே, கண்டுக்கிட்டியகளா?" எதிரே வந்த ரிக்ஷா நின்றது; சாத்தப்ப செட்டியார் இறங்கினார்.

'தொரையக் கண்டுக்கிடத்தான் போறென்." வண்டியை நிறுத்தச் சொல்லி இறங்கினார். "நம்ம காரியங்களைப் பத்தி என்ன சொன்னாரு தொரை?"

"நம்ம காரியங்களுக்கு என்ன குதாவடையும் வராது. தொரைதான் நறுக்குத் தெறிச்சாப்புல சொல்லிப்பிட்டாரே, ஹிஹிஹிஹி!"

"எல்லாம் தண்ணிமலையான் செயல், நம்மளால் ஆகுறது ஒண்ணுமில்லை" வானாயீனா,கைகூப்பிக் கண்ணை மூடினார். கார்கள் அலறிச் சென்றன. ரிக்ஷாக்கள், சைக்கிள்களின் மணி கணகணத்தது. தலைக்கு மேல் மூன்று விமானங்கள் இரைச்சல் கிளம்பிப் பறந்தன.

"அதில வந்து பாருங்க, வானாயீனா, பொறுத்தார் பூமியாள்வார்ன்னி சொன்னது வீண் போகாது. நாமளும் இந்தப் பயக ஆட்டத்தையெல்லாம் பார்த்துக்கினுதான் இருந்தம். இன்னிக்குப் பார்த்தியகள்ள, அம்புட்டுப் பயலும் சிங்கி அடிக்கிறாங்ய; சிங்கி அடி சிங்ங்சிங்" சிங்கி அடிப்பதுபோல் இரு கைகளையும் சேர்த்து அடித்தார் சாவன்னா. "அம்புட்டுப் பயலும் சிங்கி அடிக்கிறாங்ய வானாயீனா, சிங்கி. ஹிஹிஹ்... ஹிஹி!"

"நல்லாச் சொன்னியக, நூத்துல ஒரு பேச்சு!" விழிகள் மேலேறி இறங்கின. "அம்புட்டும் தறிதலைக் கழுதையக. முறைதுறை வேண்டாமா? எல்லாம் சகட்டு மேனிக்கி காலில குழாயி, வாயில கொள்ளி.. ஆடுகாலிப் பயக."

"அதில ஒரு சங்கதி பாருங்க வானாயீனா, வெள்ளக்காரனுக்கு இதெல்லாம் பிடிக்யாது. இந்தக் கழுதையகளை அண்டவிட மாட்டான். அவங்ககிட்டக் கணக்கின்னாக் கணக்குத்தான். கழுதை யின்னாக் கழுதை. குதிரையின்னாக் குதிரை, ஹிஹி.. ஹிஹிஹி... சரி வரட்டுமா?"

"ஆமா, இன்னம் நியூ லயன்லயே இருக்குறியகளே, இங்கிட்டு பினாங் ஸ்திரீட்டுப் பக்கம் கிட்டங்கில வர்றாப்புல இல்லையோ?"

"வரத்தான், வரத்தான். கிட்டங்கியக் கொஞ்சம் மராமத்துப் பண்ணிக்கினு வரலாமுனு இருக்கம். ஆச்சு, அடுத்த மாத வாக்குல

அங்கிட்டு வர வேண்டியதுதான். அதில் வந்து பாருங்க. வானாயீனா, நம்ம தொழிலுக்கு எங்குன இருந்தா என்ன? ஹிஹி... ஹிஹி! சரி, போயித்து வாறேன்.”

“சரி, போயித்து வாங்க.”

சாத்தப்ப செட்டியார் வண்டியில் ஏறி மேற்கே கிளம்பினார்.

பிள்ளையவர்களின் வண்டி கிழக்கே புறப்பட்டது.

வெயில் சுள்ளென்று முகத்தில் விழுந்தது. துண்டுத் தலைப்பினால் நெற்றியைத் துடைத்தவாறு வலப்புறம் திரும்பினார். பெரிய பெயர்ப் பலகை தென்பட்டது:

ஜப்பான் - மலேயா ட்ரேடிங் கம்பெனி இம்போர்ட்டர்ஸ் அண்டு எக்ஸ்போர்ட்டர்ஸ்.

மூடித் தூசு படிந்திருந்த கடை, பிள்ளையவர்களிடமிருந்து விலகிச் சென்ற அடுத்தாள் மகாலிங்கத்தினுடையது. கோணிய முகத்தை வேறு பக்கம் திருப்பினார். ‘கம்பேனி! கழுதைக்கிப் பேரு முத்துமாணிக்கம்! கப்பல் காசுக்கு நம்ம கால்லதான் வந்து விழுகப் போகுது கழுதை. வட்டிச் சிட்டை போடத் தெரியாத கொதக்குப் பயலெல்லாம் கம்பேனி முதலாளி. எவனைப் பார்த்தாலும் இம்போடு எசுப்போடு. தெரு நீளத்துக்கு அட்ரசுப் பலகாய். ஆனானப்பட்ட சாட்டர் வங்கியிலேயே இம்புட்டுப் பெருசாய் அட்ரசு போடலை...’

சூலியா தெருவில் திரும்பிய வண்டி பள்ளத்தாவில் உருண் டோடியது. வலப்புறம், பகலுறக்கத்தில் ஆழ்ந்திருந்த டீன்ஸ்டின் ஹோட்டல் நீலநிற உருவமாய் எதிரோடி மறைந்தது. இடப்பக்கம், வெஸ்ட் மினிஸ்டர் சலூன் படிக்கட்டில் ஏறிய திருவேங்கடம் விரைந்து திரும்பிக் கும்பிட்டார். இருபுறமும் இடிந்து கிடந்த கட்டிடங்கள் - முன்பு சீரும் சிறப்புமாய் நின்ற கடைகளின் எலும்புத் துண்டுகள் - தென்பட்டன.

‘சீமைச் சாமான் வியாபாரம்’ - புவாக்கூய் செங்கின் கடை-வானாயீனா மார்க்கா தலையெடுத்த காலத்தில் தோன்றி, அதன் கடன் உதவியோடு வெகு விரைவாய் முன்னுக்கு வந்த ‘புக்கு சென்’ கடை - வலப்புறத்தில் தரை மட்டமாய் புதர் மண்டிக் கிடந்தது - மடியில் கிடந்த துண்டை எடுத்துக் கழுத்தைத் துடைத்தவாறு முகத்தைத் திருப்பி, பின்புறப் படுதா ஜன்னல் வழியாகப் பார்த்தார். ம்ம், என்னமோ, புக்கு சென் பய தலையெழுத்து இப்படி இருந்திருக்கு. ஆளுன்னி இருந்தான்னா, எப்படியும் பணத்தைக் கறந்திரலாம். அவன்தான் கடையோட கடையா மண்ணாய்ப் போனானே...

அம்புட்டுத்தான்; புக்கு சென் கணக்கைச் செலவெழுதிப்பிட வேண்டியதுதான். அவனையும் சும்மா சொல்லக் கூடாது. ஆதியில இருந்து பத்துவரவு பண்ணி நமக்கும் நல்லாக் கொடுத்தான்; அவனும் சம்பாரிச்சான். நாமளும் ராத்திரியின்னி பகலின்னிப் பார்க்காமல் கேக்கிறப்பல்லாம் அட்டியில்லாமக் கொடுத்தம். ம்...ம்... என்னமோ, போறது போயித்துப் போகுது...'

செருப்புக்கடைகள் தகரக் கடைகள், பட்டறைகளில் சுத்தியல்கள் மோதி ஒலித்தன. வானாயீனா தலையைத் தடவினார். யுத்தம் வந்திட்டால் அவனவன் நினைச்சபடி நடந்துக்கிறதுபோல இருக்கு. பெரிய மனுசன், சின்ன மனுசன்னி கிடையாதா... இந்தச் செல்லையாப் பயலை என்னமால்லாம் நினைச்சிருந்தோம். நம்ம சாதி சனம், தெளிவான பய, இங்கிலீசு படிச்சவனாயிருக்கான், ஆளாக்கி விடுவம்; மரகதத்தைக் கட்டி வச்சால் கைக்கு உதவியா இருக்குமுனு நினைச்சம். அவன் என்னடான்னா., சொல்லை மீறிப் பட்டாளத்துக்குப் போயிட்டு வாறான். டுப்பாக்கி பிடிச்சவன் கைக்கும் இந்தத் தொழிலுக்கும் எம்புட்டுத் தூரம். அவன் நெஞ்சைத் தூக்கிக்கினு வருறதைப் பார்த்தாலே பயமாயிருக்கு. கடைவீதியில மனுசாதி மனுசனெல்லாம் இவனைக் கண்டு ஒதுங்கி நடக்கிறாக. ஆள் சூட்டிகையான பயல், பார்க்க லெச்சணமாய்த்தான் இருக்கு. இருந்து என்ன செய்ய? தொழிலுக்கு லாயக்கில்லையே...'

பிட் தெரு நெருங்கிற்று. தமிழோசை பெருகியது. பிள்ளையவர்கள் வலது உள்ளங்கையால் நெற்றியைத் தடவினார். இவனை மரகதத்துக்குக் கட்டி வச்சால் வம்பை வெலக்கி வாங்கினாப்புல ஆயிப்போகும். தொழில் அம்புட்டுத்தான். நாமள் கண்ணை மூடுறதோட கடையவும் மூடிப்பிடுவான். என்ன பாடுபட்டு நிலைநாட்ன தொழில்.. நாகலிங்கம் பயல் சுத்த மண்ணாங்கட்டி. இருந்தாலும் சொல்றதைச் செய்துக்கினு கிடப்பான்; வம்பு தும்பு ஒண்ணுக்கும் போக மாட்டான்... இந்த இரண்டு பயகளையும் விட்டால் வேற தோதான கழுதை ஒண்ணு மில்லையே... செல்லையாப் பயதான் இப்பிடி மோசம் பண்ணிப் பிட்டான். வடிவேலுக்குப் பிறகு இவன்தான் நமக்குப் பிள்ளையின்னி நெனச்சம்... அந்தப் பய இனிமேல் தொழிலுக்கு லாயக்குப்பட மாட்டான்...'

செட்டி தெருவில் திரும்பிய ரிக்ஷா, ஆ.சி.வயி. மார்க்கா கிட்டங்கிக்கு முன்னே போய் நின்றது. பெட்டியடிப் பையன் சேது ஓடி வந்து, வண்டிக்காரனுக்குச் சில்லறை கொடுத்தான்.

வயிரமுத்துப் பிள்ளை செருமிக்கொண்டே, வாசலைத் தாண்டி, முதல்பெட்டியடிக்கு முன்னே, சுவரோரம் நின்ற நாற்காலியில் போய்

உட்கார்ந்தார். "வேல் மயிலம்! முருகா!" வலக்காலை மிதியடியிலிருந்து பிரித்துத் தூக்கி இடது துடைமீது அட்டணை போட்டார். பையன் எச்சில் பணிக்கத்தைக் கொண்டுவந்து பக்கத்தில் வைத்தான்.

ஆள் உயரம் இருந்த இரும்புப் பெட்டகத்துக்கு முன்னால் கைப்பெட்டி. இரண்டுக்கும் நடுவில் பெட்டியடிப் பையன் சம்மணம் கூட்டி பொம்மை போல் அமர்ந்திருந்தான். இடப்புறத்தில் பளிங்குக் கைப்பிடியுடைய அலமாரி. அதையொட்டி அமர்ந்திருந்த நாகலிங்கம் கைமேசைமீது விரித்துக் கிடந்த 'குறிப்பு'ப் புத்தகத்தில் கணக்கு பதிந்து கொண்டிருந்தான். வரிசையாக இருந்த நான்கு பெட்டியடிகளிலும் ஏறக்குறைய இதே காட்சி. சுவர் நெடுகிலும் சாமி படங்கள், பெட்டகம், அலமாரி, படங்கள் யாவும் குங்கும முத்திரையுடன் கூடிய சந்தனத் தெளிப்பும் மல்லிகை மாலைகளுமாயிருந்தன. பூவும், ஜவ்வாது வத்திப் புகையும் கலந்த இனிய மணம் கிட்டங்கி முழுவதும் பரவி நின்றது.

"மேலாள் எங்கடா?" வானாயீனாவின் குரல் கிளம்பியது.

"பட்டாணி ரோட்டுவரை போயிருக்காரு. 'லியான்குங்' கைப்பார்க்கிறதுக்கு."

"செல்லையா?"

"வங்கிக்கிப் போயிருக்காரு."

"பேரேடெல்லாம் பதிஞ்சாச்சா?... யார்ரா பதியிறது?"

"ஆமா. பதிஞ்சாச்சு, செல்லையாண்ணன்தான் பதியிறாரு."

"எங்கே, எடுத்தா."

பெட்டியடிப் பையன் பேரேட்டுப் புத்தகத்தை எடுத்து வந்து கொடுத்தான். சட்டைப் பையிலிருந்த கூட்டைத் தூக்கிப் பிடித்து, கண்ணாடியைக் காதில் மாட்டிக்கொண்டு ஏடுகளைப் புரட்டினார்.

"சிட்டைகளை எடுரா."

பையன் சிட்டைப் புத்தகங்களைக் கொண்டுவந்து கொடுத்தான். பேரேட்டைை மூடிக் கொடுத்துவிட்டு, தினசரிச் சிட்டை, ரொக்கச் சிட்டை, சமையல் சிட்டை, செலவுச் சிட்டைகளை ஒவ்வொன்றாகப் புரட்டினார்.

செல்லையா உள்ளே நுழைந்து, பெட்டியடியில் ஏறி உட்கார்ந்தான்.

"பெரிய தொரை இருக்காரா?" ரொக்கச் சிட்டையைப் பார்த்தவாறு கேட்டார்.

"இருக்காரு, இப்பத்தான் வந்தார்."

"டேய். போயி ரோசாப்பூ மாலை, செண்டு, எலுமிச்சை, ஆரஞ்சி இதுகளை வாங்கிக்கினு ஓடியா."

உள்கட்டுக்குப் போய்ச் சைக்கிளை உருட்டி வந்து வெளியே வைத்தான் சேது. பிறகு, பெட்டியைத் திறந்து பணம் எடுத்துக் கொண்டு, சிட்டையில் பற்றெழுதிவிட்டுக் கிளம்பினான்.

"தொரையப் பார்க்க நம்ம செட்டிய வீட்டு ஆளுக ரெம்ப நிக்கிதோ?"

"அஞ்சாறு பேர் நின்னாக."

"ம்ம்... பானாழானா நிக்கிறாகளா?"

"அவுகளைக் காணோம், சூனாப்பானா நின்னாக."

"பழைய ஆளுகதான் வேலை பார்க்குதோ?"

"ஆமா, பழைய ஆளுக எல்லாரையும் சேத்துக்கிட்டாகளாம்."

"ம்ம்... டேய், சுப்பா!"

"ஏஎன்,இந்தா வந்திட்டேன்" உள்ளேயிருந்து கடைச் சமையலாள் சுப்பையா ஓடி வந்தார்.

"வென்னிகொண்டா."

"ஆகட்டும், இந்தாகொண்டாறேன்" உள்ளே ஓடினார்.

"ஏன்டா நாகலிங்கம், மாணிக்கம் பய வந்தானா? என்னமோ பழைய வேலைக்கிப் போப்போறமுன்னானே?"

"முந்தா நாள் வந்தாரு. பழைய தோட்டத்தில்தான் வேலை பாக்கிறாராம்."

"ம்ம்... வேலை கிடைச்சிருச்சா... ம்ம்... அடுத்தவாட்டி வருறப்ப என்னையப் பார்த்துப்பிட்டுப் போகச்சொல்லும்."

"ஆகட்டும், சொல்றென்."

9. தாயும் மகளும்

முன் கட்டில் கிடந்த பெஞ்சுமீது மரகதம் உட்கார்ந்திருந்தாள். ஈரம் காயாத தலைமுடி அள்ளி முடியப்பட்டு முதுகில் தொங்கியது. முகத்திலிருந்து உள்ளங்கால்வரை மஞ்சள் பொலிவு. நெற்றியில் குங்கும முழுநிலவு செவ்வொளி வீசிற்று. இடப்புறம், ஜன்னல் தட்டில் கிடந்த

பழைய தமிழ்ப் பத்திரிகை ஒன்றைக் கையில் எடுத்துக்கொண்டு முன்னால் பார்த்தாள். எதிர்ப்புறச் சுவரில், முன் சாய்ந்து தொங்கிய நிலைக் கண்ணாடியில் உருவம் தெரிந்தது.

சிவந்த மேனியை அழகு செய்த நீலப்பட்டுப் புடவையைச் சரிசெய்துகொண்டாள். உருண்டு திரண்ட உடலில் இளமை துடித்தது. வலக்கையை உயர்த்திக் கன்னத்தைத் தேய்த்துப் பார்த்தாள். மஞ்சள் ஒட்டியிருந்தது. மீண்டும் கண்ணாடிமீது பார்வையைச் செலுத்தினாள். அடுத்த வீட்டுப் பெண்கள் எல்லோரும் மஞ்சள் பூசிக் குளிப்பதைக் கேலி செய்கிறார்கள். மஞ்சள் இல்லாமல் குளிப்பது அம்மாவுக்குப் பிடிக்காது; வையும்; மஞ்சள் உடம்புக்கு நல்லதாம். எவ்வளவு சோப்புப் போட்டுக் குளித்தாலும் போக மாட்டேன்என்கிறதே. பவ்டருக்கு இது பரவாயில்லை. இப்பொழுது நல்ல பவ்டர் எங்கே கிடைக்கிறது? எல்லாம் கிழங்கு மாவுதான்...

தோளில் தலையைச் சாய்த்தவாறு இடது சென்னியில் விளையாடிய கேசக் கற்றைகளைக் காதுக்குப் பின்னே தள்ளிவிட்டாள். பிறகு பத்திரிகையை விரித்துப் புரட்டி,18 ஆம் பக்கத்தில் முந்திய நாள் பாதியோடு நிறுத்திய கதையைப் படிக்கத் தொடங்கினாள்.

விடுமுறையில் வீட்டுக்குச் சென்றிருந்த ராணுவ அதிகாரி மீண்டும் போர்க்களத்துக்குக் கிளம்புகிறார். மகனை இடுப்பில் வைத்திருந்த மனைவி கண்ணீர் விட்டுக் கதறினாள்: “என்னைத்தான் விட்டுப் பிரிய மனம் வந்ததென்றால், இவனையுமா பிரிய மனம் வந்தது?” மரகதத்துக்கு இளகிய மனம். நெஞ்சு உருகிவிட்டது. இடக்கையை மடியிலும் வலக்கையைக் கன்னத்திலும் வைத்தபடி சிந்தனையில் ஆழ்ந்து விட்டாள். செல்லையா நினைவு மின்னல் போல் பாய்ந்து வந்தது. கண்கள் ஒளிர்ந்தன. செல்லையா, வடிவேல், மரகதம் மூவரும் செவல்பட்டி ஊருணிக்கரைப் பிள்ளையார் கோயிலுக்கு முன்னே விளையாடினார்கள்....

இடது கை கேசத்தை இறுகப் பற்றியது. ‘அவுக ராஜா மாதிரி நடந்து வருகிறதைப் பார்த்துக்கிட்டு இருந்தாலே போதும். வடி வேலண்ணனும் இவுக மாதிரிதான் நடப்பாக. மாணிக்கண்ணனும் தான். மூணு பேரும் ஒரு கூட்டு... அம்மாவுக்கும் அவுக மேல ரெம்பப் பிரியம். ‘கப்பல் விட்டு ஊருக்குப் போனதும் உங்க ரெண்டு பேரையும் சங்கிலியால் கட்டிப் போடுறேன்’னில சொல்லுது. கட்டட்டும், நல்லா அவுக்க முடியாமக் கட்டிப் போடட்டும்...’

“என்ன பண்றெ மரகதம்! வாயைப்பிளந்துக்கினு இருக்கியே, என்னடி?’ உள்கட்டிலிருந்து காமாட்சியம்மாள் வந்தாள்.

"இந்தா, இந்தக் கதை படிக்கிறேனம்மா?"

"ஆமா, கதை! கதையப் படிச்சிக் கலயக்கட்டர் வேலைக்கிப் போப்போறியாக்கும்.. என்னத்தைப் படிச்சாலும் பொட்டச்சி அடுப்பங்கரைக்கித்தானே போகணும்?" கைவிரல்களை மகளின் தலைமுடிக்குள் செருகினார்.

"இதில நல்ல கதை ஒண்ணு இருக்குதம்மா."

"நல்ல கதை, கெட்ட கதை. என்னமாச்சும் காமா சோமான்னி பேப்பர்காரன் போட்டு விட்ருப்பான்... தலை அப்படியே ஈரமா இருக்கேம்மா, முத்தத்தில் நின்னு கொஞ்சம் ஒணத்தினால் என்ன? எல்லாம் அவசரந்தான்." விரல்கள் தலையை வருடின.

"ஆமா, எல்லாம் ஒணந்திருச்சி, "போ" தாயின் மார்பில் முகத்தைப் புதைத்தாள்.

"நீயும் ஒண்ணு. ஒங்க அண்ணனும் ஒண்ணு. காப்பி கொண் டாரத்துக்குள்ள பந்து விளையாட நேரமாச்சின்னு குதிப்பான்" குரல் மெலிந்தது. கண்களில் நீர் துளித்தது.

"அம்மா, இனிம விரசாய் ஊருக்குப் போயிரலாம்மா. இப்ப நிறைய கப்பல் வருதாம். இன்னம் ஒரு மாதத்தில் ஆள் ஏத்திக் கிட்டுப் போவாகளாம்."

"ஆஅமா, மயிபாலன்பட்டி மாடு மேய்க்கிப் பழுக்குக சாகப் போறதுமில்லை; நம்ம மகன் வேலைக்கிப் போப்போறதுமில்லை.

ம் இன்னிக்கி நாளைக்கின்னி நாலு வருஷம் பறந்திருச்சி."

"இப்பத்தான் சண்டை நின்னு போச்சேம்மா, ஜப்பான்காரன்தான் தோத்துப் போயிட்டான்ல."

"சப்பான்காரன் தொலைஞ்சா இன்னொரு மறுக்கோளிப்பயல் குண்டு போட வருவான். வேலையத்த பயக மல்லுக் கட்டப்போக, என் கண்ணான பிள்ளையப் பறிகொடுத்தென்" துக்கம் தொண்டையை அடைத்தது. மகளின் தலைமீது கண்ணீர்த் துளிகள் உதிர்ந்தன.

மரகதம் மெதுவாக எழுந்தாள். காமாட்சியம்மாள் முன்றானையால் கண்ணீரைத் துடைத்துக்கொண்டு, மரகதத்தின் முகத்தைப் பார்த்தார்; மகளின் நீர் தேங்கிய கண்களைத் துடைத்தார்.

"ஏம்மா, எதுக்கு இந்த நஞ்சுபோன சேலையைக் கட்டின, வேற சேலைய எடுத்துக்கட்டக் கூடாதா?"

"இதுதாம்மா எனக்கு நல்லாயிருக்கு."

"உனக்கு எதுதான் நல்லாராது? சாக்குத் துணியக் கட்டிக்கினாலும் புதுப்பொண்ணாட்டமாய்த்தான் இருக்கும்" மகளுக்குக் கண்ணேறு கழித்தார். "கப்பலாளுக கிட்டச் சொல்லி, உனக்கு எப்படியாவது அஞ்சாறு காஞ்சீவரம் சேலை தரவழைங்கன்னி உங்க அப்பாகிட்டச் சொல்லீருக்கேன்."

"இப்ப எதுக்கம்மா, ஊர்ல போயி வாங்கிக்கிடலாம்ல?"

"போடி கிறுக்கச்சி! இங்கயிருந்து நரிக்குறத்தியாட்டமாப் போயி இறங்குவியாக்கும்?"

"ஊருக்கு யாராரு போறதம்மா, எல்லாருந்தானே?"

"எல்லாருந்தான், உங்கப்பா இன்னும் ஒண்ணும் திட்டமாச் சொல்லலை. சரி வா, முத்தத்தில் நின்னு கொஞ்சம் தலைய ஒணத்திக்ய."

கதவைத் தட்டும் ஓசை கேட்டது. காமாட்சியம்மாள் போய்த் தாழை நீக்கினார். காய்கறிக் கூடையுடன் வந்த கருப்பையா, நாலைந்து தமிழ்ப் பத்திரிகைகளை நீட்டினார்.

"செல்லையாண்ணன் கொடுத்தாரு. கப்பலடியில் வாங்கினாராம்."

இரண்டு கைகளையும் நீட்டிப் பத்திரிகைகளை வாங்கிக் கொண்டாள் மரகதம். தாயின் கை மகளின் தோளிலும் மகளின் கை தாயின் இடுப்பிலுமாக உள்கட்டை நோக்கி நடந்தார்கள்.

10. செட்டி தெரு

செட்டி தெரு! பினாங் ஸ்ட்ரீட்டின் புகழ் பெற்ற மறுபெயர். மேற்கே சூலியா தெருவில் ஆரம்பமாகி, கிழக்கே கடற்கரையோடு முடியும் சிறிய வீதி.

பனையோலையில் எழுத்தாணிகொண்டு வட்டிச் சிட்டை போட்ட காலம் முதல் இன்றுவரை, தமிழர்களின் எத்தனை தலைமுறையினர் இதில் நடமாடியிருக்கிறார்கள்! திரைகடலோடியும் திரவியம் தேடு என்ற முதுமொழியை மனதிற்கொண்டு, இந்த மொழி பெயர் தேயத்திற்கு வந்து தொழில் நடத்தித் திரவியம் தேடிய தமிழர்கள் எத்தனை எத்தனை பேர்!

இந்தத் தெரு வருமானம் காரணமாய்த் தமிழகத்தில் புதிதாகத் தோன்றிய சாலைகள், பள்ளிகள், புதுப்பிக்கப்பட்ட கோயில்கள், மடங்கள், கழனிகளான பொட்டல்கள், மாளிகைகளான குடிசைகள் எத்தனை எத்தனை!

இரண்டாவது உலகப்போர் காரணமாகச் செட்டி தெருவின் மகிமை குன்றிவிட்டது. குண்டு வீச்சில் நொறுங்கிய கட்டடங்கள் இன்னும் புத்துயிர் பெறவில்லை. அவற்றின் இடிவுகளுக்கிடையே செடி கொடிகள் மண்டிக் கிடக்கின்றன. நியூலேனுக்கும் டத்தோ கிராமட் சாலைக்கும் குடிபெயர்ந்த லேவாதேவிக் கடைகளில் பல இன்னும் திரும்பவில்லை. இங்கே யுத்தத்துக்கு முன் காணப்பட்ட கலகலப்பு இனிமேல் எப்பொழுதாவது மீளுமா? 'ஊர்க்கப்பல்' நாளன்று தோன்றும் பரபரப்பை மீண்டும் காண முடியுமா? முடியாது, முடியாது. பழைய மலேயாவும், அதோடு பழைய செட்டி தெருவும் மறைந்துவிட்டன.

முன்பெல்லாம் இங்கு சாம்பிராணி, மல்லிகை, அத்தர் ஆகிய வற்றின் கதம்ப மணம் எப்பொழுதும் வீசி மூக்கைத் துளைக்குமே, இப்பொழுது இந்த இனிய வாடை மிகமிக மெலிந்து தேய்ந்து விட்டது.

"பத்து மாதம் தவணைக் கிஸ்தி அண்டிமன் சீட்டு ஒண்ணுக்கு வட்டிகூட ரிங்கி..." என்ற படிப்போசை, இங்கே கணக்கு ஒத்துக் கொள்ளும் அடுத்தாட்களின் வாயிலிருந்து நசுங்கலாகக் கிளம்பி எதிரொலித்துக்கொண்டிருக்குமே, அதுவும் வெகுவாகக் குறைந்து சுருங்கிவிட்டது.

ஆ, செட்டி தெரு! வட்டிச்சிட்டையும் ஐந்தொகை ஏடும் இனத்துப் பேரேடும் ஆதாய வரவுக் கணக்கும் செட்டி தெருவின் வேதாகமங்கள்; அன்றாடச் சலவை ஆடையும் பரக்கப் பூசிய திருநீறும் நாகரிகச் சின்னங்கள்; நாவடக்கமும் நெளிவு சுளிவும் முன்னேறு வதற்கான வழிதுறைகள்.

கீழ்ப்பாண்டி நாட்டை வளப்படுத்தும் வற்றாத ஆறுகளில் ஒன்றாய், வடக்கு மலேயா கடை வீதிகளுக்கு ஆக்கமளிக்கும் பணக் கிணறுகளில் ஆழ்ந்ததாய் விளங்கிய செட்டி தெரு - பினாங் ஸ்ட்ரீட் - இதோ!

சூலியா தெருவிலிருந்து புகுந்ததும் இருபுறமும் குட்டிச் சுவர்கள் குண்டு வீச்சில் இடிந்த கடைகளின் நினைவுச் சின்னங்கள். அப்புறம், தண்டாயுதபாணி கோயில் தேர்வீடு; அரைகுறையாக இடிந்திருக்கிறது. அடுத்தாற்போல, உருக்குலையாமல் நிற்கும் சில லேவாதேவிக் கிட்டங்கிகள். மறுபடியும் குட்டிச் சுவர்கள், மார்க்கெட் தெரு குறுக்கிடுகிறது. வலது முக்கில் பாலக்காட்டு ஐயர் காப்பிக்கடை. கிழக்கே, இடது புறம், மேலும் சில லேவாதேவிக் கிட்டங்கிகள், புடவைக் கடைகள். அப்பால் 'கக்கூஸ் வீடு.' இலங்கை ஹோட்டல். தமிழ்த் தொழிலாளர்கள் குவிந்து வசிக்கும் தாழ்ந்த வீடுகள். சீன

வியாபாரிகளின் பெரிய மாளிகைகள். வலப்புறத்தில் பலசரக்குக் கடைகள், அச்சகம். பெரீரா ஆஸ்பத்திரி. குண்டுக் காயத்துடன் கூரையின்றி நிற்கும் மலேயா ஹோட்டல். இவற்றிற்கிடையே சர்ச் தெருவும் பிஷப் தெருவும் ஊடறுத்துச் செல்கின்றன.

பெட்டியடிகளில் அடுத்தாட்களும் பையன்களும் அன்றாட வேலைகளைத் தொடங்கிவிட்டனர். தகப்பனாரிடமிருந்து வந்த கடிதத்தை ஐந்தாவது முறையாகச் செல்லையா படித்துக் கொண்டிருந்தான்.

உ

சிவமயம்

கு.சி. குரு *குரு.செ.*

செவல்பட்டி *பினாங்கு*

சிரஞ்சீவி மகன் செல்லையாவுக்குத் தண்டாயுதபாணி கிருபையால் சகலவித பாக்கியங்களும் மேன்மேலும் உண்டாவதாகுக.

இவடம் யாபேர்களும் சேமம். இதுபோல் அவடம் சேமத்துக்குக் கடதாசி எழுத வேண்டியது.

இப்பவும் உன் தாயாரும் உன் தங்கச்சியும் சதா உன் நினைவாகவே இருக்கிறார்கள். ஆகச்சே வானாயீனா விருப்பத்தை அறிந்து அதன்படி காரியக் கோளாறு இல்லாதபடிக்கி ஊருக்கு வந்து போக வேண்டியது. தங்கச்சிக்கித் தோதான இடமாகப் பார்த்துக் கொண்டிருக்கிறேன். நீ வந்த பிறகு கலியாணத்தை வைத்துக் கொள்ளலாமென்று உன் தாயார் சொல்கிறாள். சுப்பையா முதலைப்பட்டி வங்களாச் செட்டியார் வீட்டில் கணக்கு வேலை பார்க்கிறான். அவனுக்கும் அங்கே தோதான இடமாய் அமைந்தால் எழுதவும். சாந்த லிங்கம் நம்ம கடையில் இருக்கிறான்.

வானாயீனா விவரமாகக் கடதாசி எழுதியிருந்தார். புத்திசாலியான உனக்கு நான் அதிகப்படியாக எழுத வேண்டியதில்லை. ஏதோ வயசுக்கோளாறினால் நடந்துபோனது போகட்டும். இனிமேலாவது தொழிலில் ஊக்கமாக இருந்து முன்னுக்கு வரப்பார். உன்னை வைத்துத்தான் நம் குடும்பம் பேரெடுக்க வேண்டும். வானாயீனா மனங்கோணாமல் நடந்து நல்ல பெயர் எடுப்பாயென்று நம்பியிருந்தேன். அவர் சொல்லையும் மீறி நீ பட்டாளத்துக்குப் போய் ரொம்பத் தாறுமாறாக நடந்துகொண்டதாக வருத்தப் பட்டு எழுதியிருந்தார். உரிமையோடு நினைத்திருந்தவர் மனம்

கோணும்படி நடந்துவிட்டது. போனது போகட்டும். இனி மேலாவது அவருக்கு நல்லபடியாய் நடந்துகொள்ளவும். மற்றபடி நான் சொல்வதற்கு ஒன்றுமில்லை.

வேணும் தண்டாயுதபாணி துணை

மீண்டும் ஒருமுறை கடிதத்தை முதலிலிருந்து படிக்கத் தொடங்கினான்.

"ஏன் செல்லையா, ஊர்ல எல்லாம் நல்ல சேதிதானே, அப்பு நல்லாயிருக்காரா?" எதிரே, பெஞ்சுமீது உட்கார்ந்திருந்த மேலாள் சின்னையா பிள்ளை கேட்டார்.

"ஆமா, எல்லாரும் நல்லாயிருக்காக." பார்வையை மீண்டும் கடிதத்தில் செலுத்தினான்.

"லம்சியான் வட்டிச்சிட்டை போட்டாச்சா?"

"போட்டாச்சு. இன்னும் சரி பார்க்கலை."

"சரி, விரசு பண்ணி வேலைய முடிங்ய. அம்புட்டு வட்டிச் சிட்டையும் நாளதுவரை போட்டு ரெடியாயிருக்கணுமுனு முதலாளி சொல்லிருக்காரு... டேய், சுப்பா!'

"ஏன், இந்தா வந்திட்டேன்." ஓடிவந்து முன்னால் நின்றான்.

"என்ன, வரவர மாமியா கழுதைபோல் ஆனாளாமுனு இருக்கு. ஏத்தம் போடுதோ, ம்ம்... சமையச் சிட்டை தினசரி ஏறிக்கினே இருக்கு. என்ன சங்கதி, ம்ம்?"

"காய்கறி விலை... நேத்து முட்டைக்கோசு, காரட்டு..."

"ச்சீ! முகரையப் பாரு முகரைய. இவரு ஓவியமா முட்டைக்கோசு வாங்கிப்பிட்டாருங்கிறேன்...." மேலாள் உறுமினார். சமையல்காரர் களைக் கண்டாலே அவருக்குப் பிடிக்காது. அவருடைய தகப்பனார் காளையப்பன் அம்பலம் அடுத்த கிட்டங்கில் இருபத்தாறு வருட காலம் சமையல் வேலை பார்த்தவர்.

செல்லையாவுக்கு ஒரே எரிச்சலாக இருந்தது. சமையல் சிட்டை விசாரணை புதிதல்ல. என்ன காரணத்தாலோ, அன்று அதைக் கேட்டுக்கொண்டிருக்க முடியவில்லை. வீட்டுச் சமையலுக்குக் கருப்பையா தேவைப்பட்டதால், அரும்பாடுபட்டு ஈப்போவிலிருந்து சுப்பையாவை வரவழைத்து இருந்தார்கள். சமையலாள் கிடைப்பது குதிரைக் கொம்பாக இருந்த காலம் அது. சுப்பையா மறுபடி கச்சாங் கோரங் (வறுத்த கடலை) வியாபாரத்துக்குக் கிளம்பிவிட்டால் மேலாளை அடுப்பு மூட்டச் சொல்ல வேண்டியதுதான்.

கடிதத்தை மடித்துச் சட்டைப் பையில் வைத்துக்கொண்டு வெளியே போக எழுந்தான்.

“என்ன, சரி பார்த்தாச்சா?” செல்லையா பக்கம் மேலாள் திரும்பினார்.

“வெளியே வேலை இருக்கிறது, வந்து பாக்கிறேன்.”

“எப்பப் பார்க்கிறது? பார்த்துப்பிட்டுப் போ.”

“அப்புறம் பாக்கலாம், என்ன அவசரம்.”

செருப்பை மாட்டிக்கொண்டு வெளியே புறப்பட்டான். அடுத்த பெட்டியடிகளில் இருந்தோர், பேச்சை நிறுத்தாமலே முதல் பெட்டியடிப் பக்கம் பார்வையைத் திருப்பினார்கள். கடைசிப் பெட்டியடி மேலாள் ‘டிப்டாப்’ ஆவன்னா ரூனா புருவத்தை நெரித்து உதட்டைத் துருத்தியபடி சின்னையா பிள்ளையைக் குறிப்பாக நோக்கினார்.

செல்லையா மார்க்கெட் தெருவைத் தாண்டி நடந்தபொழுது, வலப்புறத்தில் அப்துல்காதரின் குரல் கேட்டது.

“இங்க வாம்பிளா, என்ன திரும்பிப் பாக்காமப் போயிற?” சீனிமுகமது ராவுத்தர் பலசரக்குக் கடையில், மேசைக்குப் பின்னே, மகன் அப்துல்காதர் அட்டணைக்கால் போட்டு உட்கார்ந்திருந்தான். கடைக்குள் சென்று மேசையை ஒட்டியிருந்த நாற்காலியில் அமர்ந்தான்.

“உன்னைப் பார்க்க வர எண்ணியிருந்தேன்... ஏய், காசிம் தண்ணிகொண்டா.”

காசிம் இரண்டு கோப்பை தேநீரை ஒரு தட்டில்கொண்டு வந்து வைத்தான். ‘பிளேயர்ஸ்’ டின்னை செல்லையா முன்மேஜையில் வைத்துவிட்டு, தேநீர்க் கோப்பையை எடுத்துக் குடித்தான்.

“கடையில் ஒன்றும் தொந்தரவு இல்லையே. பிடிக்காவிட்டால் சொல், சிங்கப்பூரில் மாமா கடைக்கு ஆள் தேவை. நல்ல சம்பளம்.”

“அப்படியொன்றுமில்லை.”

“அங்கேயே இழுத்துப் பிடித்துக்கொண்டிருப்பதுதான் நல்லது. சித்தப்பா முணுமுணுத்தாலும் தங்கச்சி முகத்துக்காக பொறுத்துக் கொள். வாப்பாவுக்கு நேற்று டத்தோ கிராமட் ரோடில் விருந்து. சித்தப்பா என்னமோ சலித்துக்கொண்டாராம், உன்னைப் பற்றி... கொஞ்ச நாளைக்குக் கோலாமூடா கொண்டுவேலையை மறந்துவிட்டு, அவர் விருப்பத்தை அனுசரித்து நடந்துகொள்.”

செல்லையா பேசாமல் சிரித்துக்கொண்டிருந்தான்.

"எல்லாம் நல்லபடியாக முடியும். இங்கேயே சோறுண்ணேன். இன்று வான்கோழி."

"வேண்டாமப்பா, வான்கோழி எனக்குப் பிடிக்காது. பிஷப் ஸ்ட்ரீட்டில் கொஞ்சம் வேலையிருக்கிறது... மாணிக்கம் நேற்று வந்தானாமே, பார்த்தாயா?" எழுந்தான்.

"இல்லையே. பாஹாங் எஸ்டேட்டுக்கு மானேஜர் போகச் சொல்கிறான் என்றானே, என்ன ஆயிற்று?"

"நல்லாப் போனானே! அவனுக்குப் பினாங்குக்குப் பக்கத்திலேயே இருக்கவேண்டும். ஜாக்சனை எப்படியும் சரிக்கட்டி விடுவான்... நேற்றுக் கடைக்கு வந்தானாம். நான் அக்கரைக்குப் போயிருந்தேன். சரி, வரட்டுமா?"

"சரி, ஆறு மணிக்குக் கடைப் பக்கம் வருகிறேன். நியூ பீச்சுக்குப் போகலாம்... ராஜதுரை சங்கதி தெரியுமா?"

"என்ன சங்கதி, கோலாலம்பூரில்தானே இருக்கிறான்?"

"போன வாரம் சைகோனுக்குப் புறப்பட்டுப் போய்விட்டானாம்."

"அவன் ஏன் இப்படி மாறிவிட்டான்? கடிதங்கள்கூட எழுதுவ தில்லை. ஒரு ஒழுங்குமுறை கிடையாது."

"அவனுக்கெல்லாம் சண்டை, சச்சரவு இருந்தால்தான் கலகலப்பு. ஒரேயடியாக் குடித்துத் தொலைக்கிறானாம்."

"நானும் கேள்விப்பட்டேன். என்ன செய்வது? சரி, வருகிறேன்."

"ஆறு மணிக்கு வருகிறேன்."

செல்லையா தெருவில் இறங்கிக் கிழக்கே நடந்தான். பிஷப் தெரு குறுக்கிட்டது. வலது முக்கில் கெடே காப்பி. உள்ளே நுழைந்தவன், ஜன்னலோரம் போய் உட்கார்ந்து காப்பிக்கு உத்தரவிட்டான்.

"சேயிந்த் சாப்!" அடுத்த மேசையில் காப்பி குடித்துக்கொண்டிருந்த கட்டுருட்டான ஆள் - முன்பு செல்லையாவின் அணியிலிருந்து துறைமுகத் தொழிலாளி பிச்சை - எழுந்து வணங்கினான்.

"பிச்சை! நல்லாயிருக்கியில, ஒண்ணும் குறையில்லையே? உக்காரு."

"உங்க புண்ணியத்தில ஒண்ணும் குறைச்சல் இல்லை. வேலை பார்த்து முடியலை. காசுக்கும் பஞ்சமில்லை."

“பணத்தை மிச்சம் பண்ணு. தண்ணிக் கடையிலே எறிஞ்சிராதே.”

“அதெல்லாம் மட்டாய் வைச்சிக்கிடுவனுங்க” முகத்தில் சிரிப்புப் படர்ந்தது. “நீங்க ஊருக்கு எப்ப, கலியாணம் காச்சி பண்ணணுமுல?” “கப்பல் விடட்டும், பார்க்கலாம். உக்காரு.”

“நேரமாகுதுங்க, போகணும்.”

“துறைமுகத்தில் இப்ப ஒண்ணும் கசகல் இல்லையே?”

“ஒண்ணுமில்லை, நேத்தாசி புண்ணியத்தில எங்ககிட்ட ஒரு பயலும் வாலாட்ட மாட்டான். எலும்பை எண்ணி வைச்சிருவான் தமிழ்ப் பயன்னி எல்லாருக்கும் தெரிஞ்சு போச்சு... நான் வாரனுங்க. ஒண்ணு ஆனாப் போனா சொல்லி விடுங்க. துறைமுகத்தில் ஐயன்னே ஆளுக ரெம்பப் பேர் இருக்கும். எந்தக் கொம்பனாயிருந்தாலும் சரி, ஒரு கை பார்த்துக்கிடலாம்... வாரனுங்க சேயிந்த்!”

“சரி, போய்ட்டு வா.”

எதிர்ப்புறத்தில் இருந்த சம்சு சாராயக் கடையில் சுப்பையா பாகவதரின் ‘வாழையடி வாழையென வந்த திருக்கூட்டம்’ இசைத் தட்டின் கீறல்களை மீறிக் கிளம்பி ஒலித்தது. சீனர்களும் தமிழர்களும் உள்ளும் புறமும் நடந்தனர்.

செல்லையா காப்பி மங்கை எடுத்து ஒரு மடக்குக் குடித்தான். இப்படியே எவ்வளவு காலம் தள்ளுவது? வேலையில் மனம் செல்ல வில்லையே! முதலாளி வர வர நம்மிடம் பேசுவதைக்கூடச் சுருக்கிவிட்டார். மரகதத்தை நாகலிங்கத்துக்குக் கட்டப்போவதாகக் கூடச் சொன்னாராம். நாகலிங்கம் கொதக்குப் பயல். அவனா மரகதத்துக்கு மாப்பிள்ளை....

இன்னொரு மடக்குக் காப்பி குடித்துவிட்டுச் சிகரெட் பற்ற வைத்துப் புகைத்தான். எனக்கும் லேவாதேவித் தொழிலுக்கும் ஒத்துவராதென்று வீட்டில் சொன்னாராம்.. இதில்லாவிட்டால் இன்னொரு வேலை. மரகதத்துக்கு வட்டிக் கடை மாப்பிள்ளை தான் வேண்டுமென்று சட்டமா...

கடிகாரத்தைப் பார்த்தான். கால்மணி நேரம் ஆகியிருந்தது. காசை மேசையில் போட்டுவிட்டு வெளியேறி நடந்தான்.

பாகம் மூன்று

பாலம் ஒன்று

1. தோதான மாப்பிள்ளை

வீட்டு முகப்பில் பிரம்பு நாற்காலி மீதிருந்த வயிரமுத்துப்பிள்ளை சுருட்டு புகைத்துக்கொண்டிருந்தார். பார்வை, சாலைமீது லயித்திருந்தது. சைக்கிள், கார், ரிக்ஷாக்கள் கிழக்கே விரைந்தன - அலுவலகங்களுக்குச் செல்லும் கிராணிமாருடன். எதிரே, சாலையின் வடபுறம், பச்சைக் கூடாரமாய் நின்ற மரத்தின் அடியில் தமிழர், மலாயர், சீனர்கள் அடங்கிய கூட்டம் ட்ராம் வண்டிக்காகக் காத்து நின்றது. பள்ளிக்கூடம் செல்லும் சிறுவர்கள் தோளில் தொங்கிய புத்தகப் பையுடன் குதித்தோடினர். இடது பக்கம் ஐந்தாறு வீடுகளுக்கு அப்பால், காப்பிக் கடையிலிருந்து கிளம்பின சீன இசைத்தட்டு இரைச்சல் காதைத் துளைத்தது. பிள்ளையவர்கள் முகத்தைச் சுளித்தார். சனியன் பிடிச்ச பயக... எப்பப் பார்த்தாலும் இந்தச் சீனங்யளுக்கு நொய்ங் புய்ங்கின்னி கத்தித் தொலைச்ச பாடுதான்...

சுருட்டைக் கையில் எடுத்து வைத்துச் சில விநாடிகள் நோட்டமிட்டார். உதிராமல் ஒட்டி நின்ற சாம்பலை விரல் சுண்டியது. சுருட்டு, பழையபடி வாய்க்கு மாறியது. புகையை இழுத்தார். சீ, என்னவிருந்தாலும் ஊர்ச் சுருட்டப் போல வராது. காரமில்லையே, மண்ணு மாதிரி சனியன். சுருட்டுன்னிச் சொல்றதுக்கு தம்பம்பட்டி அசல் ஒண்ணா நம்பர் ராம விலாசம் சுருட்டுத்தான்...

சுருட்டு மக்கர் பண்ணிற்று. புகை சரியாக வரவில்லை. கன்னங்களை உள்ளிழுத்து ஓசையுடன் உறிஞ்சிப் புகையை வெளியேவிட்டார். ம்ம். சுருட்டு வழிக்கு வந்துவிட்டது. இடைமறித்த காம்பு சாம்பலாகி விட்டது போலும். ஒரே சீராய்ப் புகைவர ஆரம்பித்தது.

இடது கை தலையைத் தடவியது. ‘செல்லையாப் பய இப்படி மோசம் பண்ணிப்பிட்டானே. என்னமெல்லாம் நினைச்சிருந்தம். காலிப் பயகளோட சேர்ந்து பட்டாளத்துக்குப் போனதிலயிருந்து கழுதையாப் போனான். நெஞ்சைத் தூக்கிக்கினு திரியிறானே, இப்படியிருந்தால் இந்தத் தொழிலுக்கு லாயக்குப்படுமா? எதிரி நாலு போடு போட்டுப்பிட்டாலும், வாயை விடாமல் காரியத்திலயில

குறியாயிருக்கணும். சப்பான்காரன்னா கர்ப்பங் கலங்கும். அவங்களைப் போயி கொன்னு குமிச்சிருக்கானே, என்ன ஏத்தம்,ம்ம்ம்... அது பத்தாதுன்னி மில்ட்டேரி தொரையப் பிடிச்சி அடிச்சிருக்காங்ய. நாளைக்கு நம்மள்ளாம் எம்மாத்திரம்? ஒண்ணு ஆனாப்போனால் என்னமாச்சும் சொல்ல முடியுமா... இவன் தொழிலுக்கு லாயக்குப் படமாட்டான். டுப்பாக்கி பிடிச்ச பய. டப்பு டுப்புன்னித்தான் புத்தி போகும். இந்த வயசிலயே நானுங்கிற ஆங்காரம் வந்திருச்சே. அதுனாலத்தானே சண்டைக்கிப் பாய்ஞ்சிருக்கான். இங்லீஸ் படையே சப்பான்காரனைக் கண்டு கால் கிளப்பி ஓடுச்சி. நீ என்னலாடு கிச்சனர் மகன் கெட்டுப் போனாய்... மறிச்சான்னா, விலகிக்கினு போறது. இல்லாட்டி கால்ல விழுந்து கெஞ்சிக் கேக்குறது-எங்க தாய்பிள்ளையப் போய்ப் பார்க்கணுமினு-நானுன்னி முன்னால நிக்கிறதுக்கு எத்தினி கோடி சம்பாரிச்சுக் கொடிகட்டிப் பறக்க விட்டிருக்காய். அப்படித்தான் நீ என்ன பவுண்தாஸ் சேட்டா, இல்லாட்டி ராசாச் செட்டியாரா...'

ஒரு விநாடி கண்ணை மூடித் திறந்தார். கால்விரல்களின் மீது பார்வை சென்றது. வலக்குதிகாலால் இடக்கால் விரல்களைத் தேய்த்து வருடினார். வாயில் வலக்கோடியில் இறுகப் பற்றியிருந்த சுருட்டுப் புகைந்தது. கை மீண்டும் தலையைத் தடவிற்று. 'பணம் சம்பாரிக்கிற தின்னாச் சும்மாவா இருக்கு. பர்மா டாப்புல நான் அடுத்தாளுக்கு இருக்கச்சே, வசூலுக்குப் போன எடத்தில் எத்தினி பர்மாக்காரன் கை நீட்டி அடிச்சிருக்கான். வாயைத் திறப்பனா... ம்ம்ம்.... இந்தப் பயன்னாக்கா பெரிய பட்டாளத்து நாய்க்கராட்டம் பாய்ஞ்சிறுவான். பாய்ஞ்சு என்ன செய்ய? நம்ம பணம்தான் போகும். வீரியமா பெருசு. காரியமில முக்கியம். இந்தத் தொழிலுக்கு அடக்கமில வேணும். நானுன்னி நெஞ்சைத் தூக்கிக்கினு திரியிறதுக்கு இதென்ன கவர்மெண்டு வேலையா... சப்பான்காரன் சங்கதியவும் மில்ட்டேரி தொரை சங்கதியவும் காமாச்சிகிட்டச் சொன்னா, 'இப்பவே அடிச்சி விரட்டுங்க'ன்னி ஒத்தைக் கால்ல நிப்பாள். பாவம், நாமள் கூட்டியாந்த பிள்ளை, நம்மளால கெட்ட தாயிருக்கக் கூடாதின்னி நாமள் பார்க்குறம்...'

காலடி ஓசை கேட்டது, தலையைத் திருப்பினார்.

"ஆமா, என்ன ஒரே ரோசனையா இருக்குறியக?" உள்ளேயிருந்து வந்த காமாட்சியம்மாள் வினவினார்.

"ஒண்ணுமில்ல. அந்த ஐயர் வீட்டம்மாளுக்குக் கைமாத்து கொடுத்தமுன்னியே, வாங்கீட்டியா?"

“சும்மா ஏன் போட்டு அரிக்கிறயக? சம்பளம் வந்ததும் தாரமின்னி சொல்லியிருக்கு. ஆமாஅ, எப்பக் கப்பல் விடுவான், எப்ப ஊரு போயிச் சேருறது?” சுவரோரமாய்த் தரையில் உட்கார்ந்தார்.

“எல்லாம் விரசாய்ப் போயிரலாம். ஊர்த் தபால் வந்திருச்சில, இனிம என்ன... ம்ம்... உங்கிட்ட ஒரு சங்கதி பேசணுமுனு நினைச்சேன், மரகதம் எங்கெயிருக்கு?”

“பின் கட்டுல என்னமோ படிச்சிக்கினு இருக்காள், ஏன், என்ன சங்கதி?”

வானாயீனா ஒருமுறை புகையை இழுத்து ஊதிவிட்டுச் சுருட்டைத் தூக்கி எறிந்தார்.

“காமாச்சி, போட்ருந்த திட்டம் தடம் புரண்டு போச்சுது... இம்புட்டு நாளாய்க் குறி வச்சது ஒண்ணும் இப்படிப் பிசகினதில்லை.” தொண்டையில் செருமல் கிளம்பியது. “செல்லையாப் பய சரிப்பட மாட்டான். மரகதத்தை நாகலிங்கம் பயலுக்குக் கட்டி வச்சிர வேண்டியதுதான்.”

“என்ன, என்ன சொல்றியக, உங்களுக்கென்ன பித்தா?” காமாட்சியம்மாள் ஆத்திரத்துடன் எழுந்தார்.

“இந்தா உக்காரு, சொல்றேன். பொட்டச்சியிங்கிறது சரியாப் போச்சில...! சொல்றதைப் பூராக் கேட்காமல் குதிக்கிறியே... ம்ஹும்.”

காமாட்சியம்மாள் உட்கார்ந்தார். நெஞ்சு துடித்தது.

“அவன் சங்கதி ஒனக்குத் தெரியாது. சொல்லக் கூடாதின்னு இருந்தேன். மில்ட்டேரி தொரை ஒருத்தரைப் பிடிச்சி அஞ்சாறு பயக அடிச்சிருக்காங்ய. அதில இவனும் சேர்ந்தவனாம். போலீஸ்ல கூட்டிப் போயி விசாரிச்சிருக்காக. எப்படியோ தப்பிச்சிக்கினான்.”

வானாயீனா ஏறிட்டுப் பார்த்தார். மனைவி வாயைத் திறக்க வில்லை.

“இந்தா, நான் சொன்னது காதில விழுந்துச்சா?”

“எல்லாம் விழுந்துச்சு. வெள்ளைக்காரனை அடிச்சா, அவன் சும்மா விட்ருவானாக்கும்? யாராவது சொல்றதைக் கேட்டுக்கினு என்னமாவது சொல்லாதியக.”

“சரித்தான். அவனக் கெடுக்கிறதுக்கு நீ ஒருத்தி போதுமே! இன்னொண்ணு தெரியுமா? இவன் பட்டாளத்திலயிருந்து வரச்சே, சப்பான்காரங்ய மறிச்சாங்களாம். இந்தப் பயக கூடி அம்புட்டுச்

சப்பான்காரனையும் கொன்னு குமிச்சிருக்காங்ய! எப்படியிருக்கு, பாத்தியா? பண்டாரம் வீட்ல பொறந்த பய செய்யிற வேலையா இது?"

"போதும், நிறுத்துங்க. ஊரா வீட்டுப் பிள்ளையப் பூதிப்பிடியாத் தூத்தாதியக. சப்பான்காரன் நம்ம பிள்ளையகளைக் கொல்ல வந்தாக்கா, இதுக கையக் கட்டிக்கினு சும்மாயிருக்கணுமாக்கும்?"

"என்ன! என்னமோ தெரிஞ்சவளாட்டம் பேசுறியே, ரொம்பக் கண்டுபிட்டியோ நீயி?"

"எல்லாந் தெரியும். அந்தக் கிராணி வீட்டம்மா சொல்லுச்சு. நம்ம பிள்ளையக செஞ்சதில என்ன குத்தமாப் போச்சாம்?"

கால்களைத் தொங்கவிட்டு உட்கார்ந்திருந்த வானாயீனா, வலது காலைத் தூக்கி இடது துடை மேல் போட்டார். அடக்க முடியாத சினத்தால் உடல் துடித்தது. பார்வையால் எரித்துவிடுபவர்போல் மனைவியை உற்று நோக்கினார். அரை நிமிஷம் கழிந்தது.

"இந்தா, கூதறைக் கழுத. என்ன ஔர்ற? இவனை நம்பித்தொழில ஒப்பிச்சா, ஏழு நாள்ல எல்லாத்தையும் தீத்துப்பிட்டுப் பரதேசம் போயிருவான், நெஞ்சைத் தூக்கிக்கினு வாரது போறதைப் பார்க்குறாயில...? என்னமோ, பூர்வ சென்மத்தில் செய்த புண்ணியம், கடையும் கண்ணியுமாயிருக்கம். அடக்க ஒடுக்கமாப் பேர் வெளிய தெரியாமல் இருந்துக்கினு காரியத்தைப் பார்த்தாவுல நீடிச்சி நிக்யும்..."

"எம் மகன் இருந்தான்னாக்கா செல்லையாவாட்டம் அவனும் பட்டாளத்துக்குத்தான் போயிருப்பான். அவன்.." குரல் கம்மியது. சேலைத் தலைப்பால் கண்ணைத் துடைத்தார்.

வடிவேலின் நினைவு கிளர்ந்ததன் விளைவாய்ப் பிள்ளையவர்களின் மனம் இளகிக் குழம்பியது. 'ஆமா, அவனும் நிமுந்த பயதான் - சாம்பல் நிற டுவீடு சராய் - வெள்ளைப் பாப்ளின் சட்டை - பழுப்பு வண்ணத் தொப்பி - ஆங்கிலோ சைனீஸ் பள்ளி மாணவன் நின்றான். அகன்ற நெற்றிக்குக் கீழ் வளைந்த புருவ அணைப்பில் மான் கண்கள். 'கண்ணு ரெண்டும் *வினாக, அச்சாய், என்னையாட்டந்தான். கண்ணு அவுகாத்தாளுக்கு மாதிரி. ஆளு லெச்சணத்தில் குறைச்சலா, படிப்பில குறைச்சலா... கிளாசுக்கு கிளாசு முதல் பிரேசு வாங்குனானே. இல்லை, வேணுமுங்கிற மட்டுக்குப் பணங்காசு இல்லியா, காணிகரை வீடு வாசல் இல்லியா... எல்லாந்தான்இருந்துச்சு. ஆயுசு இல்லாமல் போச்சே. பூர்வ சென்மங்கள்ள என்ன பாபம் பண்ணினமோ, யார் வீட்டுப் பிள்ளைய வதைச்சமோ, படுபாவிப் பய போட்ட குண்டுல ஒத்தைக் கொரு மகன்

★ வினாக - தவிர.

மாய்ஞ்சு மண்ணாய்ப் போனான். கலியாணம் காச்சி பண்ணி ஒரு நல்லதைப் பொல்லதை அனுபவிக்யல.... ஊர்ல படிச்சிக்கினு இருந்தவனை இங்கெ என்னத்துக்குக் கூட்டியாந்தேன். ஆத்தாக்காரி பிள்ளைய விடமாட்டமுனு அழுகையாய் அழுது கத்தினாளே. ம்ஹ்ம்... விதி யாரை விட்டுச்சு... பாசக் கயிறு இழுக்குறப்ப என்ன நினைச்சு ஏங்குனானோ, ஐயோ! கிட்டத்தில தாய் பிள்ளை இருந்துச்சா, என்னன்னிச் சொல்றதுக்கு... குண்டுக்குள்ளயும் தீக்குள்ளயும் இவன் போயித் தூக்கிக்கினு ஓடியாராட்டி உடலையும் பார்த்திருக்க மாட்டம். எல்லாத்தோட எல்லாமாச் சேர்த்துப்போட்டு எண்ணெய் ஊத்தி எரிச்சிருப்பாங்ய...'

பனித்திரை மூடிய கண்களின் பார்வை, மனையாள் தலைக்கு மேல் சுவரில் முட்டி நின்றது. மகன் நினைவில் கனிந்து உருகிய மனதில், என்ன காரணத்தாலோ செல்லையாமீது ஆத்திரம் பொங்கலாயிற்று.

"காமாச்சி, இவன் சரிப்பட மாட்டான். அரும்பாடு பட்டு நெலநாட்ன தொழில் வெட்டியாய் அழிஞ்சி போயிரும்" படபடப்பாகச் சொன்னார்.

"சுத்திச் சுத்தி ஏன் பேசுறியக, இன்னன்னிச் சொல்லிவிடுங்க."

"மரகதத்தை நாகலிங்கம் பய கையில பிடிச்சுக் கொடுத்தர வேண்டியதுதான். நம்ம வகையில வேற தோதான பயக இல்லை. அடக்கமான பய, சொல்றதைக் கேட்டுக்கினு கிடப்பான்."

"ஏன், அவள் ஒங்களுக்கு என்ன தீங்கு பண்ணினாள்? உறங்குறப்ப பெரிய கல்லாய்த் தூக்கிப் போட்டுக் கொன்னுபிடுறதுதானெ? என் மகனைக் கூட்டியாந்து படிக்ய வைக்கிறமுனு குண்டுல கொன்னியக; இவ தலையில் கல்லைத் தூக்கிப் போட்டுக் கொன்னுபிடுங்க..." மனம் குமுறியது. ஆனால் வார்த்தைகள் நிதானமாய் மென் குரலில் வந்தன.

பிள்ளையவர்களுக்கு மனைவியின் மனநிலை தெரியும். மரகதத்தின் ஆசையும் தெரிந்ததுதான். இடக்கை நெற்றியைத் தடவியது. "இதென்ன வெறுங்கலியாண வெசயமா, பொட்டச்சிக யோசனைப்படி நடந்துக்க? நாளைக்கித் தொழிலு என்ன ஆகுறது?"

"எனக்கு உள்ளார வேலெ கெடக்கு" காமாட்சியம்மாள் எழுந்து உள்ளே போனார்.

"சரி, போ. அப்புறம் பேசிக்கிடலாம்,"

பெஞ்சு மேல் உட்கார்ந்திருந்த மரகதம், கைகளால் முகத்தை மூடியபடி கேவிக் கேவி அழுதாள். மகளின் கைகளை நீக்கிக்

கண்ணீரைத் துடைத்தார் காமாட்சியம்மாள். நெற்றியில் விழுந்திருந்த முடியை இடக்கை ஒதுக்கியது.

"வாம்மா" மகளைத் தன் உடலோடு அணைத்தபடி சமையல் கட்டுக்கு அழைத்துக்கொண்டு போனார்.

"அம்மா!" மகள் திடுமெனத் திரும்பித் தாயின் கழுத்தை இறுகக் கட்டிக்கொண்டு, முகத்தை மார்பில் புதைத்து விம்மினாள். தாயின் கண்களிலிருந்து கசிந்து கன்னங்களின் வழியாய் உருண்டு சொட்டிய துளிகள் மரகதத்தின் தலையுச்சியில் சிந்தி, இருண்டடர்ந்திருந்த அளகத்தில் மறைந்தன.

2. கருப்பையாவின் தூது

செல்லையா, காய்கறி மார்க்கெட்டில் அடிக்கடி வீட்டுச் சமையலாள் கருப்பையாவைச் சந்தித்து, அவ்வப்பொழுது முதலாளி வீட்டு நிலவரத்தை அறிந்து வந்தான். சமையலாள் கடைசியாகச் சொன்ன செய்தி, செல்லையாவை அதிரடித்துவிட்டது. மரகதத்தை நாகலிங்கத்துக்குக் கட்டி வைக்கப் போவதாக வானாயீனா தீர்மானமாக அறிவித்துவிட்டார். கப்பல் விட்டதும் ஊருக்குப் போய்க் கல்யாணம். மனைவியின் எதிர்ப்புக் காரணமாகத்தான் இதுவரை இறுதி முடிவாக எதுவும் சொல்லாமல் இருந்தார். தந்தையின் அறிவிப்பைக் கேட்டது முதல் மரகதம் யாரிடமும் பேசாமல் அழுதுகொண்டே இருக்கிறாள்.

மார்க்கெட்டில், பற்று வரவுப் புள்ளி சுன் லிம் கடை முன் நாற்காலியில் அமர்ந்து சிகரெட் புகைத்துக் கொண்டிருந்தான் செல்லையா. சுற்றிலும், சீனர்களிடம் தமிழில் விலை பேசும் பெண்களின் கூச்சலும், மலாய்க்காரிகளின் இழுவையான இன்குரலும், சீனப் பெண்களின் நொய்ங் புய்ங் இரைச்சலும் கலந்து குழம்பி ஒலித்தன.

"அட தவுக்கே, உருளக்கெளங்கு என்ன வெலையிடா... ஓங்கையில பாம்பு புடுங்க... தெராசை நல்லாப் பிடிச்சித் தூக்குடா... அந்தாந்த வெந்தயக் கீரை எம்புட்டுரா...?"

வியாபாரிகளின் பதிலான சீன மொழியோசை கீச்சிட்டுக் காதைத் துளைத்தது. எப்படியோ விலைகள் திகைந்து, பண்டமும் காசும் கை மாறின.

மேற்கே, கூடையுடன் வந்த சமையலாளின் உருவம் தெரிந்தது. செல்லையா எழுந்து விரைந்தான்.

"கருப்பையாண்ணே! என்ன சேதி, மரகதம் நல்லாயிருக்கா?"

"ம்ஹ்ம்... தங்கச்சி அழுதழுது கண்ணெல்லாம் வீங்கிப் போச்சு. ரெண்டு நாளாய் யார்ட்டையும் ஒண்ணும் பேசலை. அவுகம்மா கும்பிட்டு விழாத குறையாக் கெஞ்சிக் கேட்டுக் கிட்டதுக்கப்புறம், ராத்திரிதான் ஒருவாயி சாப்பிட்டுச்சு... தங்கச்சி உங்ககிட்ட ஒரு வார்த்தை சொல்லச் சொல்லுச்சி."

"என்ன சொல்லுச்சி."

"காலையில காலையில போயி, தண்ணிமலையானைக் கும்பிட்டுப்பிட்டு வருவிங்யளாம். முதலாளி மனசு கோணாமல் கொஞ்ச நாளைக்கி, அதுக்காக விட்டுக்கொடுத்து நடந்துக்குவிங்யளாம். 'தினசரி சாமிய வேண்டிக்கிட்ருக்கேன். தண்ணிமலையான் நம்மளைக் கைவிட மாட்டான்னு சொல்லுன்னி தங்கச்சி சொல்லுச்சி."

"சரி, தண்ணிமலையான் கோயிலுக்குப் போய்த் தினசரி கும்பிடுறேன்.... மரகதம் ரொம்ப இளைச்சுப் போயிருச்சா, கருப்பை யாண்ணே?"

"அந்தக் கண்றாவிய ஏண்ணே கேக்குறியக.... முதலாளிக்கு இரும்பிலதான் மனசச் செஞ்சி வைச்சிருக்கு... இன்னிக்குத்தான் தங்கச்சி கொஞ்சம் தெளிச்சியாத் தெரியுது. காலம்பர எந்திரிச்சுக் குளிச்சிப்பிட்டு ரொம்ப நேரம் சாமி கும்பிட்டுச்சு... அது தெய்வப் பிறவியண்ணே! என்னமோ, ஈரமில்லாத மனுசன் வயித்தில வந்து பிறந்திருச்சி."

"கருப்பையாண்ணே, மரகதத்தை எப்படியும் பார்த்துப் பேசணும். இல்லாட்டி, கிறுக்குப் பிடிச்சிரும் போல இருக்கு."

"அவசியம் வாங்க. ஒங்க முகத்தைப் பார்த்தா, அது கவலை கொஞ்சம் தீரும். முதலாளி கடைக்கிப் புறப்பட்டப்பறந்தான் அக்கா குளிக்யும். அந்நேரமா வாங்க."

"அவசியம் வர்றேன் கருப்பையாண்ணே, மரகதத்தைப் பத்திரமாப் பார்த்துக்கங்க, அது பாட்டுக்கு என்னமாவது..."

"தண்ணிமலையான் இருக்கான். ஒரு கோளாறும் வராதண்ணே. அது மனசு கோணுறாப்புல ஒண்ணு நடந்தால், ஊர்ல மழையேது?"

"வர்றேன், கருப்பையாண்ணே."

"சரி, போயித்து வாங்கண்ணே."

செல்லையா திரும்பி, பினாங் ஸ்ட்ரீட்டை நோக்கி மெய் மறதியோடு நடக்கலானான். காய்கறி வர்த்தக இரைச்சல் செவியில் படவில்லை. உராய்ந்து சென்ற உருவங்கள் உடலை உறுத்தவில்லை. காலைக் கதிரவனின் சுடரொளியில் கண் கூசவில்லை.

கூட்டத்தினிடையே தோன்றியும் மறைந்தும் சென்ற செல்லையாவின் உருவத்தை இமை கொட்டாமல் பார்த்து நின்றார் கருப்பையா. 'ம்ஹும்.. மொதலாளி கருமம் பிடிச்ச மனுசன். விடிஞ்சி எந்திரிச்சிப் படுத்துக்கிறவரை பணம் - தொழிலு, பணம் - தொழிலன்னு சாகுறாரே.. இப்படி மருமகன் கிடைக்கிறதின்னாச் சும்மாவா இருக்கு . என்னமோ, தங்கச்சி குணத்துக்குச் செல்லையா வந்து கால்ல விழுகுது. நாக லிங்கத்தைத்தானே மொதலாளிக்கிப் பிடிச்சிருக்காம்! அவனும் அவன் மொகரையும், கர்ர்ர்ர்....

காறித் துப்பிவிட்டு, மேற்கே திரும்பி நடந்தார்.

3. அக்கினி மைந்தன்

“கருப்பையாண்ணே! கருப்பையாண்ணே!” கதவைத் தட்டினான் செல்லையா. தாழ் நீங்கி, கதவு மெதுவாய்த் திறந்தது. உள்ளே காலெடுத்து வைத்தான்.

சன்னல்களின் மஞ்சள் கண்ணாடி வெளிச்சத்தில் மரகதம் பொற் சிலையாய் நின்றாள். ஈரத் தலையில் தேங்காப்பூத் துவாலை சுற்றியிருந்தது. தங்க நிறமேற்ற வெள்ளை ரவிக்கை. ஆலிவ் பச்சைப் பட்டுச் சேலை. பின்னிய விரல்களோடு கைகள் நெஞ்சில் ஒட்டி யிருந்தன. வட்ட நிலவு முகத்தில் மிதந்த மான் கண்கள் அள்ளி விழுங்கும் விருப்பத்துடன் பார்த்தன.

“மர... க... தம்!” உரை தடுமாறிற்று. உடல் புல்லரித்து முகத்தில் அனலாடியது. “மரகதம்!” இடக்கை பின்னே நீண்டு கதவைச் சாத்திற்று.

மரகதம் பேசவில்லை. இமைக்காமல் ஆடவன் முகத்தைப் பார்த்து நின்றாள்.

“மரகதம், தண்ணிமலையானைக் கும்பிட்டேன். இந்தா, பிரசாதம்” மடியில இருந்த பொட்டலத்தை எடுத்து நீட்டினான்.

மார்பிலிருந்த கைகளை இறக்கி நீட்டி வாங்கிக் கண்களில் ஒற்றிக் கொண்டாள்.

“மரகதம்!” தாயின் சேலையைப் பற்றிக்கொண்டு அரவணைப்புக் காக ஏங்கிக் கூப்பிடும் குழந்தையின் குரல் போல இருந்தது.

அவள் கண்களில் நீர் படர்ந்தது. கைகளால் முகத்தை மூடினாள். உடல் குலுங்கிற்று. மெல்லிய விம்மல் பிறந்து வந்து செல்லையாவின் நெஞ்சில் பாய்ந்தது.

"மரகதம்." ஒரு அடி எடுத்து வைத்துக் கண்ணை மூடியிருந்த கைகளையும் கன்னங்களையும் சேர்த்துத் தன் இரு கரங்களாலும் தொட்டான்.

"தொடாதியக, உங்களைக் கும்பிடுறென். என்னால தாங்க முடியாது." - கண்களிலிருந்து அருவிபோல நீர் இறங்கியது.

"மரகதம், வீணாய்க் கவலைப்படாதே. எல்லாம் நல்லபடியாக முடியும். தண்ணீர் மலையான் நம்மைக் கைவிட மாட்டான்."

"ஹ்ம். நம்ம ரெண்டு பேருக்கும் தண்ணிமலையானை விட்டால், யார் துணையிருக்கு?"

கண்களை மூடியிருந்த கைகள் இறங்கி, மீண்டும் விரல்களைப் பின்னிக்கொண்டு நெஞ்சோடு சேர்ந்தன.

"உடம்பைப் பத்திரமாய்ப் பார்த்துக்கங்க. ஐயோ! முகமெல்லாம் வாடிப் போயிருக்கே."

செல்லையாவின் மனம் உருகிக் கலங்கியது. இடக் கையால் முகத்தை மூடிக்கொண்டு தலையைக் குனிந்தான். இனம் தெரியாத ஏதோ ஒன்று மென்னியை இறுக்கிப் புலன்களை அடைத்தது.

"எனக்காகவா மனசைச் சோர விடுறியக...? நான் உங்க கால் தூசி விலை பெறுவேனா?" அவன் முகத்தை மூடியிருந்த கையைத் தன் இரு கரங்களாலும் விலக்கிவிட்டு, நெற்றியில் வளைந்து தொங்கிய கேசத்தைத் திருத்தினாள்.

ஒளியிழந்து குறுகிய கண்கள் மரகதத்தின் முகத்தை நோக்கி ஏங்கின. வலக்கை, சட்டைப் பையிலிருந்த கைக்குட்டையை எடுத்து, அவள் கண்களைத் துடைத்தது.

"உங்களைக் கும்பிடுறென், தொடாதியக. என்னால தாங்க முடியலை."

"மரகதம், கடவுள் நம்மைச் சோதிக்கிறார். பினாங்குக்கு ஏன் வந்தேன்...? ஊரில் ஏதாவது வேலை கிடைத்திருக்கக் கூடாதா?" குரல் குன்றியது. கைக்குட்டையைப் பையில் வைத்தான்.

"உங்களுக்கென்ன ராஜாவுக்கு? உங்க கழுத்தைக் கட்ட எந்தப் புண்ணியவதி தவம் பண்ணியிருக்காளோ...! எங்கப்பா தொழிலும் நானும் உங்க கால் சுண்டுவிரலுக்கு சமானமாவமா..."

தடாலென்று கீழே சாய்ந்து அவன் கால்களைப் பற்றி அவற்றில் முகத்தைப் புதைத்தாள்.

செல்லையாவின் உடல் போதையுற்றுச் செயலழிந்து புளகித்துத் தகித்தது. விழித்து நிலைத்த கண்கள் பார்வையிழந்து பரிதவித்தன. நெஞ்சிலே அலையலையாய் அணியணியாய்த் தெளிவுருவற்ற எண்ணக் காட்சிகள் உதித்து உராய்ந்து உழப்பியோடி மறைந்தன. செவல்பட்டி ஊருணி - திண்ணைப் பள்ளி - கோயில்- இலுப்பை மரம் - மரகதம் மரகதம் மரகதம் - பம்பரம்- வேடிக்கை - சிரிப்பு - சண்டை - சிணுங்கல் - சமரசம் - கப்பல் - பினாங் - கொண்டு வேலை - கோலாமூடா - சிம்பாங் தீகா - ஜாத்தி மரம் - தொழில் - முதலாளி - மரகதம் மரகதம் மரகதம்...

"மரகதம்! மரகதம்!" குனிந்து பூப்போலத் தூக்கினான்.

அவள் உடல் துவண்டது. பொருந்தியிருந்த இமைகள் திறந்தன. பிடியிலிருந்து விடுவித்துக்கொண்டு விலகினாள்.

"மரகதம் நாம் வெளியேறிக் கல்யாணம் செய்துகொள்ளலாம். யாரும் தடுக்க முடியாது."

'அதில என்ன இருக்கு... தாய் பிள்ளை இல்லாமக் கலியாணமா? அது எதுல சேர்த்தி?"

"நீ விரும்பினால்தான் மரகதம்... நீ கண் கலங்காமல் இருந்தால் போதும்."

"நான் பொட்டச்சி. எப்படியும் கெட்டுக் குட்டிச் சுவராய்ப் போறேன். நீங்ய உடம்பைப் பத்திரமாய்ப் பார்த்துக்கங்க" குரல்மாறி அமைதியாய் ஒலித்தது. 'முகமெல்லாம் ஏன் இப்படி இருக்கு. கண் முழிச்சியகளாக்கும். நேத்து எண்ணெய் தேய்ச்சுக் குளிச்சியகளா, இல்லையா?" அவன் நெற்றி, வாய், கன்னங்களில் இருகைகளையும் வைத்து வருடினாள்.

"மரகதம்!" கைகளை நீட்டி அவள் தோளைத் தொட்டான்.

தோளில் பட்ட கைகளை நீக்கிவிட்டாள்.

"நான் மட்டும் தொடக்கூடாதா, மரகதம்?"

"உங்க கை படுறதை என்னால தாங்க முடியலையே... அப்படியே ஆகாசத்தில் பறக்கிறாப்புல இருக்கு.. ஒரு நிமிஷம் பிசகினால் ... பாவி என்னத்துக்குப் பிறந்தேன்...?"

"மரகதம்! நீ பிறந்தது வளர்ந்ததில் என்ன குற்றம்? என் மேல்தான் குற்றம். உன் அப்பா மனதை மாற்றும் திறமையில்லாத மூடன் நான்."

“நான் பூர்வஜென்மத்தில் என்ன பாவம் பண்ணினனோ, அதுக்கு நீங்ய என்ன பண்ணுவியக... என் தலையெழுத்துப்படி நடக்கட்டும்.” கன்னங்களில் முத்து முத்தாய்க் கண்ணீர் வழிந்தது.

“மரகதம், அழாதே. ஒன்றும் குடி முழுகிப் போகவில்லை.”

இடக்கையை அவள் நெற்றியில் பாதியும் கூந்தலில் பாதியுமாய் வைத்துக்கொண்டு வலது உள்ளங்கையால் கண்ணீரைத் துடைத்தான்.

“ஐயோ, என்னைத் தொடாதியக, தாங்க முடியலையே.” பின்சாய்ந்த முகத்தில் கண்கள் மூடியிருந்தன. கைகள் விழுதுபோல் தொங்கின.

அவன் கைகள் இருப்பிடத்துக்குத் திரும்பின.

“ஒரே ஒருக்க, உன்கழுத்தையும் முகத்தையும் இரண்டு கையாலும் தொடுகிறேன், மரகதம்”

செல்லையாவின் குரல், தாயிடம் ஒரே ஒரு மிட்டாய்’ கேட்கும் சிறுவனின் கெஞ்சல் போன்று குழைந்து கொஞ்சிற்று.

கண் மூடியிருந்த பெண் பதில் சொல்லவில்லை.

அவன் கைகள் முன்னே நீண்டு அவள் தோள்களைத் தொட்டுக் கழுத்தின் வழியாக ஊர்ந்து போய்க் கன்னங்களைத் தடவி மேலேறி, நெற்றியை ஒற்றி, மூடியிருந்த இமைகளை வருடி, மூக்கு வழியாக இறங்கி, உதடுகளைத் தடவி நின்றன.

பார்வை மங்கியது. மனம் நிலைகுலைந்து குழம்பி மயங்கித் தனக்குள்ளே தன்னோடு தானாய் இசைத்தது. ‘கண்ணே, கருமணியே, கனிரசமே, கற்கண்டே! பெண்ணாய் மலர்ந்த எந்தன் உயிர் விதையே! உன் மலர்க் கரங்களால் என் கையைப் பற்றி மெல்ல நடந்து வா. அதோ அந்தப் பச்சை மாமலைக் குளிர் பூஞ்சோலையில் போய் இளைப்பாறி இன்புறுவோம். உன்தாய் தந்தையர்அளிக்க இயன்றதை யெல்லாம் உனக்கு அளித்து விட்டார்கள். இப்பொழுது நீ வேண்டுவதை அளிக்க அவர்களால் இயலாது. உன் நெஞ்சைக் கவர்ந்த நாயகனான என்னிடமே அது இருக்கிறது. பெண் மயிலே, வா போகலாம், வா... வாஅ...’

எதிரிலிருந்து வந்த பெண்மைச் சுடுமூச்சு நனவுக்கனவு மனவோட்டத்தைக் குலைத்துப் புலன்களை வசப்படுத்திற்று.

அவள் தலை பின்சாய்ந்து கழுத்தோடு ஒட்டியிருந்தது. மலர்ந்த அதரங்களுக்கிடையே முத்துப் பற்கள் மின்னின. பாதி மூடியிருந்த கண்களில் சுடர் தெறித்தது. தென்றலில் அசையும் பூங்கொடி போல் உடல் ஆடிற்று.

"மரகதம்.... மரகதம்..." அவள் முகத்தின் மீதிருந்த அவன் கைகள் மீண்டும் இருப்பிடம் திரும்பின.

அவள் உடல் திடுக்கிட்டு நிமிர்ந்தது. மான் கண்கள் மருண்டு விழித்தன.

"மரகதம், ரெஜிஸ்டர் கல்யாணம் செய்துகொள்வோம்; யாருக்கும் அஞ்ச வேண்டியதில்லை."

"அந்தப் பேச்சை விட்ருங்க, வேண்டாம். உங்களுக்கு என்னையத் தருறதுன்னால் முழுசாய்த்தான் தருவேன்."

"மரகதம், இங்கே பார் மரகதம், சரியென்று சொல், ரெஜிஸ்டர் கல்யாணம் செய்துகொள்ளலாம். உன் காலில் விழுந்து கும்பிடவா, மரகதம்."

"ஐயோ, ஏன் என்னைய உயிரோட கொல்றியக? கும்பிடுறேன் கிம்புடுறேன்னியெல்லாம் பேசாதியக... உங்க அருமை தெரிஞ்ச வீடாய்ப் பார்த்து என்ன ஜாதியிலயாவது கல்யாணம் பண்ணிக்கங்க."

"சரி, இனிமேல் நான் என்னத்தைச் சொல்லுவது?"

"உங்களுக்கு ஒரு குறையும் வராது. உங்க அருமை தெரிஞ்ச இடமாய் வேற எங்கெயாவது வேலையும் பார்த்துக்கங்க."

"பார்த்திருக்கேன், மரகதம்."

"எங்கே?"

"அக்கரையில், தோட்டத்துக் கிராணி வேலை. இங்கேயும் பேங்கில் வேலைகிடைக்கும்."

"அக்கரையில் ஈயத் தண்ணி. உடம்புக்கு ஒத்துக்கிடாதுனு சொல்வாகளே. சாப்பாடும் இங்கெ மாதிரி வசதியாயிராது."

"ஈயத் தண்ணியெல்லாம் கதை... இங்கேயே வேலை கிடைக்கும்."

"இங்கேயே நல்ல வேலையாய்ப் பார்த்துக்கங்க. தோட்டத்து வேலைக்கெல்லாம் போனால் கொசுவிலயும் ஈரத்திலயும் உடல் கெட்டுப் போகும். எதுக்கும் மாணிக்கண்ணனையும் ஒரு வார்த்தை கேட்டுக்கங்க."

"ஆகட்டும், மரகதம். அவன்தான் வேலைஇருக்குமிடங்களைச் சொன்னான்."

"ம்ம்... நான் ஒண்ணு சொல்றேன், கேட்பியகளா?"

“சரி சொல்லு மரகதம்.”

“நீங்க கல்யாணம் பண்ணிப் பொட்டச்சி பெறந்தான்னா, அவளுக்கு மரகதமுனு பேர் வையிங்க, ம்ம்? ம்...”

செல்லையாவின் கண்கள் குவிந்தன. அவள் மான் விழிகள் மேலேறிச் செருகின. குவிந்த இமைகளை நோக்கியவாறு தாபப் பரவசமாய்ப் பேசினாள்.

“அவளை நாள் முச்சூடும் உங்க மடியிலேயே வச்சுக்கிடணும், ம்ம்? ம். அவள் தோளில், கழுத்தில், அப்புறம் வாயில் மாறி மாறி முத்தம் கொடுப்பியகளாம், ம்ம்? ம். அவள் கன்னத்தையும் வாயையும் நல்லாக் கடிச்சு வச்சிருவியகளாம், ம்ம்? ம் பிறகு...”

செவிமடுத்தும் செவியுறாது கண்மூடிச் சிலைபோல் நின்றவனின் மனக் குகையில் அடங்கி ஒடுங்கிக் கிடந்த அகங்கார விரக மேகங்கள் திடுமெனத் துள்ளிக்குதித்துக் குழம்பி இடி முழக்கத்துடன் கூடியலறி ஆரவாரிக்கலாயின. மரகதத்தை நான் ஏனெதற்காக இழப்பது? என் மார்பிற்குரிய இந்த நாயகிமீது நாயகனைக் காட்டிலும் தந்தைக்கு எவ்வகையில் உரிமைப் பொறுப்பு மிகுதி? மரகதம், நான், வயிரமுத்துப் பிள்ளை. மரகதமும் நானும் ஈருடல் - ஒருயிர். அவர் எங்கள் வைரி - எதிரியின் கருத்தை நாங்கள் எதற்காக ஏற்பது? வழக்கமுறையில் தந்தையின் கருத்தை மரகதம் பெரியதாக மதிக்கலாம். அது வெறும் வழக்க முறை - புகட்டப்பட்ட பாடம். என் உயிருக்கு உயிரான நாயகியை நான் இழக்கவேண்டுமென்பது தவிர்க்க முடியாத விதியின் முடிவா? யார் முடிவித்த விதி, அதை நிறைவேற்றி முற்றுவிப்பவர் யார்? யாராலும் முடியாது. யாரார் கூடி நிறைவேற்ற முயன்றாலும் எதிர்ப்பேன் - எதிர்த்து முறியடிப்பேன். நான் மரகதத்தை இழக்க மாட்டேன்; அடைந்தே தீருவேன். இப்பொழுது என் நாயகியை, என் நெஞ்சைக் கவர்ந்த காதலியை வாரியணைத்துத் தூக்கி முத்தி முத்தி முத்தி முத்தாடி அவளுடன் இரண்டறக் கலந்து மகிழ்வேன். என்னைத் தடுப்பவர் யார்? யார்? யார்?

முறுக்கேறிக் கொண்டிருந்த உடல் உருக்குக் கம்பியாய் விறைத்தது. மூடிய கண்களில் எரிந்த தீ சிதறிக் கிளம்பி எதிரே புளகாங்கிதப் பரவசமாய்ப் பேசி நின்றவளின் உணர்வைச் சுட்டு எச்சரித்தது. அவன் உடல் - மன - மாற்றத்தை உள்ளுணர்வால் அறிந்த பெண்அரண்டு மிரண்டு அஞ்சிப் பதறினாள். பசுவின் மீது பாயும் காளையின் விலங்கொளி மின்னுகிறதே, ஐயோ! என் செய்வேன், என் செய்வேன், ஐயோஓஒ, ஆத்தா அழகு நாச்சியா! தாயே ஈசுவரீஇஇ...!

அகங்கார வடிவனாய் அக்கினி மைந்தனாய் மாறிய ஆடவன் தனது மார்பிற்குரிய நாயகியை வளைத்திழுத்து வாரியணைத்துத் தூக்கி உடைமையாக்கிக்கொள்ளக் கைகளை நீட்டிக் கண்களை விழித்தான்.

அவளைக் காணவில்லை... மறைந்துவிட்டாள்.

காங்கை தாங்காமல் உடல் நடுங்கி வெலவெலத்தது. கண்களில் தெரிந்த எல்லாம் விதறி ஆடின.

"மரகதம்...! என்னம்மா?"

எங்கிருந்தோ குரல்கள் வந்தன. வலக்கையால் முகத்தைத் தடவினான். இசையுணர்வு திரும்பி மனக்குகையில் அமைதி மீண்டது. 'ஆஅஅ! என்ன மடமை, என்ன மடமை...? என்ன செய்யத் துணிந்தேன். என்ன செய்யத் துணிந்தேன். ஒரு கணம் முந்தியிருந்தால்... என் அகங்கார வெறியால், மாசற்ற ஒரு நற்பெண்ணின் உடலையும் மனதையும் களங்கப்படுத்தி, அவளையும் என்னையும் மீளா நரகத்தில் வீழ்த்தப் பார்த்தேனே... என் விருப்பத்துக்கு எல்லோரும் அடிபணிய வேண்டுமென்று எதிர்பார்க்க எனக்கு என்ன உரிமை இருக்கிறது? மரகதம் என் விருப்பப்படி நடக்காமல், தந்தை விருப்பப்படி நடப்பதே நலமென்று கருதுவதில் என்ன தவறு? அதுவும் அவள் விருப்பமன்றோ? உண்மையிலேயே என் விருப்பத்தைக் காட்டிலும் தந்தை விருப்பம் நலமாயிருக்கலாம். தந்தை சொல் மிக்க மந்திரமில்லை...

'செல்லையா, வாப்பா! மொகம் ஏன் இப்படி இருக்கு, உடம்புக்கு என்ன? உக்காரப்பா."

குளித்து முழுகிய தலையுடன் காமாட்சியம்மாள் வந்தார்.

"ம், ஒண்ணுமில்லை." - பெஞ்சு மீது உட்கார்ந்தான்.

"உடம்புக்கு முடியலையா, முகமெல்லாம் வெடிச்சித் தெரியிதே"

'அதெல்லாம் ஒண்ணுமில்லை. ஆயர் ஈத்தாம் போய்ட்டு வந்தேன். இங்கெ அடுத்தாப்புல கொஞ்சம் வேலையிருக்கு... வெயில்ல பித்தம் மாதிரியா... சோடா வாங்கிக் குடிச்சேன், இப்பச் சரியாப் போச்சு"

"நல்ல பிள்ளை, போ, எண்ணெய் தேய்ச்சி முழுகினாதான, பெத்தவ இருந்தாப் பிள்ளை முகம் இப்படி இருக்கிறதைப் பார்த்து என்ன பாடுபடுவாள்... இரு, காப்பிகொண்டாறேன்."

"காப்பி வேண்டாம், ம், சோடா குடிச்சதோட காப்பி குடிக்கக் கூடாது."

"சரி, டாக்கட்டர்ட்டச் சொல்லி மருந்து வாங்கிச் சாப்பிடு."

"ம், கல்யாண விஷயம்... முடிவாய்ச் சொல்லிவிட்டாரா? நீங்கள் கொஞ்சம் சொல்லிப் பாருங்களேன்."

"சொல்றென், சொல்லிக்கினேதான் இருக்கேன். உன்னையக் கும்பிடுறேன். அவர் மனசுபோல விட்டுக்கொடுத்து நடந்துக்கப்பா. என்னமோ, தண்ணிமலையான் இருக்கான், பார்ப்பம்... ய்ம்ங். நானும் பொம்பளையினு பிறந்தனே.. மகனைப் புதைச்சாச்சு, இனிம மக இருக்காள், அப்புறம் நானு..."

"நேரமாகுது, நான் வர்றேன்" எழுந்து நின்றான்.

"போயிட்டு வாப்பா, நீ ஒண்ணும் மனசை விட்ராதே. எல்லாத்துக்கும் தண்ணிமலையான் இருக்கான்... வெயிலாயிருக்கு, வண்டி பிடிச்சிகினு போ."

தெருவில் இறங்கி நடந்தான்.

காமாட்சியம்மாள் கதவுக்குத் தாழ் போட்டுவிட்டு உள்ளே சென்றார்.

4. பழைய நண்பர்கள்

தமிழர்கள் தாயகம் திரும்ப வசதி பிறந்துவிட்டது. முதலில் விமானப் போக்குவரத்து. நாகலிங்கத்தையும் அழைத்துக்கொண்டு உடனே புறப்பட வேண்டுமென்று வானாயீனா வற்புறுத்தினார். விமானத்தில் பறக்கப் பயமாயிருக்கிறதென்று சொல்லி, ஒரேயடியாக மறுத்துவிட்டார் காமாட்சியம்மாள். சில வாரங்களில் கப்பல் போக்குவரத்தும் தொடங்கிவிட்டது. சுணங்கக் கூடாதென்று பிள்ளையவர்கள் துடித்தார்.

"அஞ்சாறு கப்பலைப் பார்த்துக்கிடலாம், பத்திரமாய்ப் போய்ச் சேருதான்னி. இம்புட்டு நாளாய்ப் பிழைச்சுக் கிடந்து, இனிமத் தண்ணிக்குள்ள போயிச் சாகணுமாக்கும்" மனைவி நிதானமாகச் சண்டித்தனம் செய்தார்.

கணவனுக்கு வந்த கோபத்தை அளவிட முடியாது. இருந்தாலும் பொறுத்துக்கொண்டார். 'வாக்குல கெட்ட கழுதையப் போக்குல விட்டுத்தான் திருப்பணும். பொம்பளை, வீம்புக்கு என்னத்தையாவது செய்துவிட்டால் என்னபண்ணித் தொலையிறது, பார்த்துக்கிடலாம்...'

வானாயீனாவின் நெடுநாள் நண்பரும் கடைவீதியில் பெரிய மனிதருமான சீனி முகமது ராவுத்தர், 'பாப்பா'வைச் செல்லையாவுக்குத் தான் கட்டிக்கொடுக்க வேண்டுமென்று தலைகீழாக நின்று சொல்லிப் பார்த்தார். பாப்பாவின் தந்தை அசையவில்லை.

நாகலிங்கத்தை 'மடக் கழுதை' என்று ராவுத்தர் வருணித்தார்.

"ஆமாமா, அப்படியொண்ணும் சூட்டிக்கையான பயல் இல்லை தான்" என்று வருங்கால மாமனார் ஒத்துப்பாடினார்.

ராவுத்தருக்குக் கடுஞ்சினம் வந்துவிட்டது. விருட்டென்று எழுந்து விடை பெறாமலே போய்விட்டார்.

கடை லாயர் 'சங் ஷீலியாங்'கும், பேங்க் ஐயரும் எவ்வளவோ சொல்லிப் பார்த்தார்கள். செல்லையா போன்ற மாப்பிள்ளை கிடைப்பதரிது என்று குறிப்பிட்டு மீண்டும் மீண்டும் வற்புறுத் தினார்கள். எல்லாம் செவிடன் காதில் ஊதிய சங்காக முடிந்தது.

வீட்டு முகப்பில் வயிரமுத்துப் பிள்ளை உலாவிக்கொண்டிருந்தார். 'ஊர்ல போயிக் கலியாணத்தை முடிச்சிப்பிட்டு நாமள் மூணு மாசத்தில திரும்பியிரணும். வந்து, சின்னையாவை ஊருக்கு அனுப்பிச்சி வைக்யலாம். அவன் வந்தும் வருசம் ஏழுக்கு மேல ஆகுது. பிள்ளை பிறந்த மறுநாள் வந்தவன், ம்ம்... செல்லையாப் பயலுக்கு வேற ஏதாவது நல்லபடியாப் ஒரு ஏற்பாடு பண்ணிப் பிடணும். முதல்ல, ஊர்ல போயி ஒரு மாசமாவது இருந்திட்டு வரட்டும்... ம்ம்... மரகதம் ஊர்ல அவுக ஆத்தாளோட இருந்திட்டுப் போகுது, அதுவும் இங்கின இருந்தாக்கா நாகலிங்கம் பயலுக்குத் தொழில்ல புத்தி போகாது. நாமள் வருறப்ப அவனையும் கையோட கூட்டியாந்திரணும்...'

செட்டி தெருவில் கொஞ்சங் கொஞ்சமாய்க் கலகலப்பு கூடியது. வட்டிக்கடை மாமூல் வரன்முறைகள் படிப்படியாய் நடப்புக்கு வரலாயின. பெட்டியடிப் பையன்கள் கைப்பெட்டிகளுக்குப் பின்னால் விறைத்த முதுகினராய்ச் சம்மணம் கூட்டி, இறுகிய வாயுடன் கொலுப் பொம்மைகள் போல் அமர்ந்திருந்தனர். அடுத்தாட்கள் பழைய அண்டிமன் சீட்டுகளைப் புரட்டிப் பொறுக்கி எடுத்துக்கொண்டு வசூலுக்குப் போய் வந்தார்கள். முதலாளிகள் பளிங்குத் திண்ணைகளில், வெல்வெட் திண்டுகளை அணைத்துப் புரளலாயினர். "ஏஎஎன், இந்தா வந்திட்டேன்!" எனும் சமையல்காரர்கள் குரலில் பணிவு மிகலாயிற்று.

ஊருக்கு எழுதிப் பழைய பத்திரிகைக் கட்டுகளை வரவழைத்துப் படித்தனர். உற்றார் உறவினரிடமிருந்து வந்த கடிதங்களை ஒருவருக் கொருவர் படித்துக்காட்டி மகிழ்ந்தார்கள். ஆதாணிப் பட்டி வட்டகையில் கொட்டுக் கொட்டென்று ஏழு நாள் மழை கொட்டி, "நாரை பறவாத நாற்பத்தாறு மடைக் கண்மா'யில் ஒரு நாளும் இல்லாத திருநாளாய் மறுகால் போனதும், சூரங்குடி ஐயனார் கோயில் பெரிய கோபுரம் உச்சிப் பொழுதில் கடகடவென்று இடிந்து

விழுந்ததும், சின்னமங்கலம் மஞ்சி விரட்டில் ஏரியூர் மயிலைக் காளையிடம் வல்லாளன் பட்டி ஐயன் குத்துப் பட்டு அறம்புறமாய் வீழ்ந்ததும், அரும்பெரும் நிகழ்ச்சிகளாக மீண்டும் மீண்டும் பேசி வியக்கப்பட்டன.

செல்லையா நாள் தவறாமல் தண்ணீர்மலையான் கோயிலுக்குப் போய் வந்தான். புருவக் கோடுகளிடையே பட்டும் படாத சிறு பொட்டாக இருந்து வந்த திருநீறு நாளடைவில் நெற்றி முழுவதும் எப்போதும் பரவி நிற்கலாயிற்று. இளமைவெறியும் ஆர்வத் துடிப்பும் மிகுந்து விளங்கிய முகத்தில் இப்போது சோர்வுக்கான களை படர்ந்துகொண்டிருந்தது.

கருப்பையா மாறலில் வெள்ளிக்கிழமையன்று மரகதத்துக்கு ஒரு கடிதம் எழுதிக் கொடுத்தனுப்பினான். அதற்குப் பதிலாக வாய்வழிச் செய்தியுடன் மறுநாள் சமையலாள் வந்தார்.

'உங்கள் காலில் விழுந்து கும்பிட்டுக் கேட்டுக்கொள்கிறேன். எனக்குக் கடிதம் எழுத வேண்டாம். என்னைப் பார்க்கும் முயற்சியும் வேண்டாம். இனிமேல் நம்மால் ஆவது ஒன்றுமில்லை. தண்ணீர் மலையான் விட்டபடி நடக்கட்டும்.'

தோல்வியின் விளைவாய் இங்கும் அங்கும் சிதறிப்போன இந்திய தேசிய ராணுவ நண்பர்கள் ஒருவர் இருவராய்த் திரும்பிப் பழைய - புதிய - பிழைப்புத் துறைகளில் ஈடுபடலாயினர். பர்மாவில் சிறைப் பட்டுத் தாயகம் சென்று விடுதலையானோர் தகவல் தெரிவித்தார்கள். இந்தோசீனா, இந்தோனேசியா முதலிய நாடுகளிலிருந்து வந்து, படையில் சேர்ந்தவர்கள் பழைய பிழைப்பிடங்களுக்குத் திரும்பிக் கொண்டிருந்தனர்.

மாணிக்கம் பழையபடி தானா மேரா எஸ்டேட் வேலையை ஏற்றுத் தமிழாராய்ச்சியிலும் 'கவலையற்ற' வாழ்க்கையில் ஈடுபட்டிருந்தான்.

வெற்றி வீரனாய் டில்லிச் செங்கோட்டைக்குள் புகுந்தபின், பாட்டனார் பிறந்து வளர்ந்த திருவாடானைக்குப் போக எண்ணியிருந்த சி.பி. சாமி மீண்டும் பேங்க் வேலைக்குத் திரும்பிக் கறுப்புத் துரையாக மாறிவிட்டான்.

தென்பாண்டி நாட்டுத்தாய் - தந்தையருக்குப் பிறந்தும் தமிழ் தெரியாத நெல்சன் மேற்படிப்புக்காக ஆஸ்திரேலியாவுக்குச் சென்றுள்ளான்.

யுத்த காலத்தில் கோலாலம்பூர்ப் பெரும் புள்ளிகள் சிலரைப் பகைத்துக்கொண்ட கே.கே. ரேசன் இப்போது பேங்காக் நகரில் காலந்தள்ளுகிறான்.

எள் என்றால் எண்ணெய்கொண்டு வரும் ராஜதுரை மது அரக்கனின் கைப்பொம்மையாகிவிட்டான்.

'புல்லு தின்னி' மணி - கடைசிவரை விடாப்பிடியாகச் சைவ நெறியைக் காத்த அந்தப் பிராமண வீரன் - சிங்கப்பூர் ஹார்பர் போர்டில் வேலை பார்க்கிறான்.

அப்துல் காதரும் பழனியப்பனும் சொந்தக்கடை முதலாளிகள்...

செல்லையாவின் நினைவுப்பாதையில் பளிச்சென்று ஒரு வீரன் தென்பட்டான்.

பாண்டியன்! ஆஅஅ! மாவீரன். தமிழறிஞன். அவனும் மாணிக்கமும் கிண்டலும் தர்க்கமுமாய்த் தமிழ் ஆராய்ச்சி நடத்துவதை நாளெல்லாம் கேட்டுக்கொண்டிருக்கலாமே. இந்தோனேசியாவுக்குத் திரும்பியிருக்கிறானே. மீண்டும் அவனைப் பார்க்க முடியுமா? அங்கு வாளா இருப்பானா? மாட்டான். புரட்சிப் படையில் சேருவது திண்ணம். அவன் ரத்தத்திலேயே புரட்சி கலந்து போயிருக்கிறது. நாற்பத்திரண்டில் மெடானிலிருந்து படகில் சரக்குப் போட்டு வந்து சீனி முகமது ராவுத்தர் கடையில் இறங்கியிருந்தான். அவனும் அப்துல் காதரும் பினாங்கு ஸ்ட்ரீட்டில் நடந்து வந்த பொழுது கடைக்கு முன்பாக முதல் முதலில் பார்த்தேன். எல்லோருமாகப் படையில் சேர்ந்து சிங்கப்பூர் ராணுவ அதிகாரிகள் பள்ளியில் பயிற்சி பெற்றோம். பிறகு மெடான் செல்வதற்காக பேங்காக்கிலிருந்து திரும்பியவனைப் பார்த்தேன். அதற்கிடையே... கோத்தபாலில் ரகசியப் பள்ளியில் சிறப்புப் பயிற்சி பெற்றான். ஜாராங்கில் படைப் புரட்சிக்குத் தலைமை தாங்கி முகாமைக் கைப்பற்றி, சில பெரிய அதிகாரிகளுக்கு மரண தண்டனை விதித்து நிறைவேற்றினான். பெயரைக் கேட்டதுமே எதிரிகள் கிடுகலங்கம் கெம்பித்தாய் மேஜர் சடாவோ யாமசாக்கியை விரட்டிச் சென்று தீர்த்துக் கட்டினான். சுந்தரத்துக்கு மாரடைப்பு. அவனையெல்லாம் இனிமேல் பார்க்கப் போகிறேனா? எந்த ஊரான்? சின்னமங்கலம் சின்ன மங்கலம். எல்லோரும் எங்கெங்கோ தத்தம் மனதுக்கு ஒட்டிய வேலைகளுக்குச் சென்றுவிட்டனர். நான் ஒருவன்தான்...

செல்லையாவின் நினைவிலிருந்து அகன்று போன சிலர் சற்றும் எதிர்பாராத வகையில் பினாங் ரோடிலோ, நியூ பீச்சிலோ எதிர்ப் படுவார்கள். ஒருநாள் கெக் செங் கடையில் காப்பி குடித்துக்

கொண்டிருந்தபோது பாசிச எதிர்ப்புப் படை காப்டன் கியூ வந்தான். அதே அப்பாவி முகம்; கள்ளங் கபடமற்ற முறுவல்; நெஞ்சாழ நம்பிக்கையுடன் அழுத்தமான பேச்சு. ஆயுத தளவாடங்கள் கிடைத்தால் வாங்கித் தரும்படி கேட்டான். செல்லையா கையை விரித்தான். 'ஆயுதங்களோடு வெளியேறிய இந்திய தேசிய ராணுவத்தினர் குறைவு. கொண்டு வந்த சிலரும் ஆயுதங்களை எங்கெங்கோ எறிந்து விட்டார்கள்." பாசிச எதிர்ப்புப் படையில் சேர்ந்து அடிமைப் பட்டிருக்கும் மக்களின் விடுதலைப் போராட்டத்தில் பங்கு பெறும்படி லிம்கியூ அழைத்தான். பிரிட்டிஷ் ஆட்சியை எதிர்த்து மலேயாவில் மாபெரும் போர் தொடங்கப் போகிறதென்றும் சொன்னான். சண்டை சச்சரவு கசந்துவிட்டதென்று சொல்லி ஒரேயடியாக மறுத்துவிட்டான் செல்லையா.

லிம்கியூவைப் பார்த்த மறுநாள் வின்சர்கூத்து மேடையில் இன்ஸ்பெக்டர் குப்புசாமிமையச் சந்தித்தான். சிம்பாங் தீகா பற்றிக் கேட்டார். கூறினான். திடுமென ஆவேசம் வந்தவர்போல செல்லையாவின் தோளைப் பற்றிக்கொண்டு, "எ டாமில் ரோமல்! எ டாமில் ரோமல்!" என்று கத்தினார். புகழ் பெற்ற ஜெர்மன் 'மின்னல் போர்' சேனாபதி ரோமலுக்குச் சமமான வீரன், தீரன், சூரன் என்று அலங்காரச் சொற்களைத் தாராளமாகப் பயணித்து, விஸ்கிக்குரலில் என்னென்னவோ கூறினார். அருகில் நின்றோர் வியப்புற்றுப் பார்த்தார்கள்.

காட்சி முடிந்ததும் இருவரும் மேல்மாடியில் இருந்த சீன ரெஸ்டாரன்டுக்குப் போனார்கள். அவர் பீர் பருகினார். செல்லையா காப்பி குடித்தான். படிக்கட்டில் இறங்கி வந்தபோது பேச்சோடு பேச்சாக, முந்திய நாள் கெக் செங்கடையில் லிம் கியூவை அவன் சந்தித்தது பற்றிக் குறிப்பிட்டார். பிறகு, "சின் பெங் கும்பலுடன் அறவே தொடர்பு கூடாது. இது உனக்கு எனது வேண்டுகோள் - எச்சரிக்கை!" என்று காதோடு காதாகச் சொல்லிவிட்டுப் போனார்.

மரகதத்தின் நினைவு வந்து உறுத்தும்போதெல்லாம் செல்லையா தன்னைத்தானே நொந்துகொள்வான். 'பினாங்குக்கு ஏன் வந்தேன்? ஊரிலேயே இருந்திருக்கக் கூடாதா?' மரகதத்தை மணக்கும் வாய்ப்பு கிட்டாதென்று உள் மனம் கூறியது. எதிர்பாராத வகையில் நன்முடிவு ஏற்படலாமென்ற நம்பிக்கையும் இடையிடையே சுடர்விட்டுத் தோன்றிக் கொண்டிருந்தது.

5. தண்ணீர் மலையான் கோயில்

ஞாயிற்றுக் கிழமை காலைநேரம். செட்டி தெரு அயர்ந்து கிடந்தது. தண்ணீர் மலையான் கோயிலுக்குப் போவதற்காகச் செல்லையா

தெருவில் இறங்கினான். உடலில் தூய வெள்ளை உடுப்பு, நெற்றியில் திருநீறு பளிச்சென்று மின்னியது.

குட்டி ஆஸ்டின் கார் கடைக்கு முன்னே வந்து நின்றது.

"டேய், என்னடா இது, ஆண்டிப் பண்டாரம் போல?" காரிலிருந்து இறங்கியவன் செல்லையாவின் தோள்மீது கையை வைத்தான்.

"நான் ஆண்டிப் பண்டாரந்தானே, மாணிக்கம்?" முகத்தில் சோர்வுப் புன்னகை அரும்பியது.

"ஓ, அப்படியா! எனக்கு இவ்வளவு நாளாகத் தெரியாதே!" கலகலவென்று சிரித்தான்.

வெள்ளைச் சராய், சிமிந்தி நிறச் சட்டை, கரும்பச்சைத் தொப்பி அணிந்திருந்தான். வாயின் வலக்கோடியில் சிகரெட் புகைந்தது.

"சரி, ஏறு, அண்டிமன் கிஸ்திச் சீட்டு ஒண்ணுக்கு வட்டி கூட ரிங்கி அஅஆஅஅஆ..."

"சரியிங்க, தொரைகளே!" காரில் ஏறினான்.

வாசல்களில் பல் துலக்கியும் காறித் துப்பியும் நின்ற அடுத்தாட்கள் பார்த்தும் பார்க்காதது போல் பார்த்திருந்தனர்.

மாணிக்கம், வாயில் புகைந்த சிகரெட்டை எடுத்து எறிந்து விட்டுப் புதுச் சிகரெட் பற்ற வைத்துக்கொண்டு காரினுள் ஏறி உட்கார்ந்தான்.

ஆஸ்டின் கடகடத்துக் கிளம்பியது.

"எப்போது வந்தாய்?"

"நேற்றிரவு. நெற்றியில் ஒரு வாளி சுண்ணாம்பு பூசி இருக்கிறதே, தைப்பூசம் நெருங்கிவிட்டதா? காலை நேரத்தில் எங்கே புறப்பட்டாய்?"

"தண்ணீர்மலையான் கோயிலுக்கு."

'என்ன, கோயிலுக்கா! அங்கென்ன வேலை? கல்யாணக்கிறுக்குப் பிடித்தவர்களல்லவா அந்தப் பக்கம் போவார்கள்?"

"ஆமாம். அப்படித்தான் கேள்வி. ராத்திரி ஏன் கடைக்கு வரவில்லை, எங்கே போயிருந்தாய்?"

சூலியா தெருவில் வடக்கு முகமாகத் திரும்பியது கார்.

"ஹல்லோ!" எதிரே ரிக்ஷாவில் வந்த சீன நண்பனைப் பார்த்த மாணிக்கம் கையை அசைத்தான்.

பிட் தெருச் சந்தியில் ஆயிரம் ஆயிரமான கருங் குருவிகள் தந்திக் கம்பிகள் மீது தொத்திநின்றும், மேலுங் கீழுமாகப் பறந்தும் கூச்ச லிட்டன. கப்பித்தான் மசூதியிலிருந்து புறாப் பட்டாளத்தின் குமுகுமுப்பு இழுமென வந்தது.

"நானும் காதரும் ஊர் சுற்றினோம். உனக்கு என்னவோ மோகினிப் பிசாசு பிடித்திருக்கிறதென்றான். அதனால்தான் உன்னைக் கூப்பிட வில்லை. சோறு படுக்கை அவன் கடையில்!"

நீ பினாங்குக்கு வந்தால் எங்கள் கடையில்தான் சாப்பிட வேண்டும்; படுக்கவேண்டும் என்று முதலாளி சொல்லியிருக்கிறார்."

"சிறு பிள்ளையை வெளியே திரியவிட்டால் காலிகளோடு சேர்ந்து அநியாயமாய்க் கெட்டுப் போகும் பார், அதற்காக."

"இது யாருடைய கார், போன தடவை வந்தது வேறு கார் அல்லவா."

"இது எஸ்டேட் டாக்டர் நாயர் - அந்தக் கஞ்சி வெள்ளம் பயல் கார். அவன் ஒரு பெட்டி 'ஸ்டவுட்' வாங்கி வைத்துக்கொண்டு அங்கேயே யாகம் செய்கிறான்."

ஆஸ்டின் இடது புறம் திரும்பி பினாங்கு ரோடில் செல்லலாயிற்று.

"சலாம் வருது, தம்பி!" பூ மார்க் கைலிக் கடைக்கு முன்னால் வேப்பங் குச்சிப் பிளவையால் நாக்கு வழித்துக்கொண்டிருந்த இபுராகிம் ராவுத்தர் தலையை நிமிர்த்தினார்.

"சலாம், நானா!" செல்லையா பதில் வணக்கம் கூறினான்.

"நீ பசியாறிவிட்டாயா?" காருக்குள் பொருத்தியிருந்த கண்ணாடியில் செல்லையாவின் முகத்தைப் பார்த்தவாறு கேட்டான்.

"கோயிலுக்குப் போய்வந்த பிறகுதான். உனக்கு வேறு வேலை ஏதாவது..."

"இல்லை. இப்பொழுது நேரே சொர்க்கம் - கோயில். பிறகு நரகம் - சோற்றுக்கடை."

குவீன்ஸ் தியேட்டர். போலீஸ் தலைமையகம். சிம்சாங் கியூரியோஸ், சாம் அண்ட் நாம், விங் லொக் ரெஸ்டாரன்ட்... பின்னோடி மறைந்தன.

"உங்கள் மானேஜர் ஜாக்சன் எப்படி இருக்கிறான்? பழைய சங்கதிகள் காதில் விழுந்திருக்குமே?"

"அவ்வளவும் தெரியும்; நானே சொன்னேன். 'டஸ்ஸின்ட் மேட்டர்' என்று கூறிவிட்டான்."

வடக்கே திரும்பி கார் பர்மா ரோடில் பாய்ந்தோடியது.

ரெக்ஸ் கூத்துமேடை. கடைகள். மெட்ராஸ் தெரு, ரங்கூன் தெரு, நியூ ஓர்ல்ட் களியரங்கம், சுவாத்தோ தெரு, மாதா கோயில், முட்டுச் சந்துகள்.

சாலையின் இரு விளிம்பிலும் ஒரே சீராய் அடர்ந்து செழித்துயர்ந்து பொன்னிறப் பூங்கொத்துகள் குலுங்கி நிற்கும் அங்கசானா மரங்கள். மரத்தைச் சுற்றின வட்டப் பரப்பில மஞ்சள் வெல்வெட் மெத்தை போல், உதிர்ந்து அப்பிக் கிடந்த மலர்கள் காலைக் கதிரவனொளியில் தங்கச் சருகுகளாய் மின்னின. அப்பால், சீன வணிக வேந்தர்களின் மாட மாளிகைகள், வளவுச் சுவர்களுக்கு தளதளவென்று தழைத்து நின்ற செம்பகா மரங்களின் பசுங்கொண்டையில் வெள்ளை வெள்ளையாய் அழகழகாய்ப் பூக்கள் முளைத்திருந்தன. ரம்புத்தான் மரங்களின் பிசிர் அப்பிய செங்குருதிப் பழக்குலைகள். பேரையூர் சந்தன உருண்டை போல் பழம் பழுக்கும் லங்சா மரங்கள். விதவிதமாக இலை வேய்ந்த செடிகொடிகளில் குவளை, அரளி, கனகாம்பர நிற மலர்கள் நகைத்தன. சிமிந்தித் தளமிட்ட டென்னிஸ் திடல்களில் ஒத்த வயதினரான ஆடவரும் பெண்டிரும் ஐரோப்பிய உடையில் பந்தாடினர்...

குறுக்கோடிய ஆன்சன் ரோடைக் கடந்து சென்றது ஆஸ்டின்.

இடது பக்கம், சீனர் விளையாட்டு மைதானம், பச்சைப்புல் விரிப்பு தட்டைப் பரப்பாய் விரிந்து கிடந்தது. பூலு திக்குங் கடை வீதி பின்னோடிற்று. இப்பொழுது, பிறை வட்டப் பச்சைநீலப் பவளவண்ண மலை உயர்ந்து விரிந்து சரிந்து காட்சியளிக்கிறது. சரிவில் இங்கும் அங்கும் மங்கல் வெள்ளையாய்ப் பெரும்பெரும் வீடுகள் சிறுசிறு உருவாய்த் தோன்றி மறைகின்றன. கார் இடது பக்கம் திரும்பிற்று. கோத்லீப் சாலை. இருபுறமும் ரம்புத்தான் தோட்டங்கள். இடையிடையே நீர்ப்பிடிப்புடன் வழுவழுவெனத் திரண்டுருண்டு நிற்கும் தென்னை மரங்கள். எட்டி இளநீர் பறிக்கலாம்.

அருவிச்சாலையில் திரும்பிய வண்டி மலையடிவாரத்தை நோக்கி ஏறியது. வலப்புறம் அடர்ந்து பரந்த தென்னந்தோப்பு விளிம்பில் தனவைசியர் தண்டாயுதபாணி கோயில். ருத்திராட்ச மாலைக் கழுத்தும் நீறணிந்த நெற்றி - கை - மார்புமாய்க் 'கோயில் பூனை' கானாரூனா வாசலில் நின்றார். இடதுபுறம் கள்ளுக்கடை. எப்போதும் போல் தமிழ்த் தொழிலாளர் கூட்டம் மொய்த்து நின்றது. அப்பால், போத்தல் கடைச் செட்டியார்கள் மண்டபம்.

கீழே சலசலத்த ஓடைப் பாலத்தைக் கடந்து, விலக்குப் பாதையில் திரும்பிப் பிள்ளையார் சந்நிதியில் போய் நின்றது ஆஸ்டின். மேல்புறம் படிக்கட்டுடைய குன்றின் உச்சியில் சிற்றுடலும் பெரும் புகழுங் கொண்ட தண்ணீர்மலையான் கோயில் வீற்றிருந்தது.

அடிவாரத்தில் டொரியான், ஆல், ரம்புத்தான் மரங்கள் நெருங்கி நிற்கும் சோலை. தேங்காய் பழ நன்கொடை பெற்றுப் பழகிய குரங்குகள், ஆட்களின் தராதரத்தை நோட்டமிட்டவாறு உலாவுகின்றன. தென் கோடியில் ஊதா நிற ஓப்பல் கார் நிற்கிறது. அதையடுத்துப் படுத்தும் உட்கார்ந்தும் உரையாடும் தமிழர் கூட்டம்.

படிக்கட்டில் இறங்கி வந்த ஐந்தாறு தோட்டக் காட்டுத் தமிழர்களும் பெருஞ் செல்வர்களாய்த் தெரிந்த இரண்டு சீனர்களும்* முனியாண்டி கோயிலை நோக்கி நடந்தனர்.

“மாணிக்கம், நீயும் வாவேன்.” செல்லையா இறங்கினான்.

“உன் துருத்தியை ஊது போ. அங்கிருப்பது முருகன் சிலை; மரகதம் அல்ல. நீ பாட்டில் கண் மூடி நெடிதிருந்துவிடாதே, விரைவாய் வந்து தொலை.”

செல்லையா பிள்ளையாரைக் கும்பிட்டுவிட்டுப் படியேறினான்.

மாணிக்கம் காலை நீட்டிச் சாய்ந்து ஒன்றன்பின் ஒன்றாய், ஒன்றிலிருந்து பற்றின மற்றொன்றாய்ச் சிகரெட்டுகளை உதட்டில் கவ்வி எரித்து நீறாக்கிக்கொண்டிருந்தான்.

அருவிக் கரைக்குப் பிக்னிக் போய்த் திரும்புவோரில் சிலர் நடந்தும் சைக்கிளிலும் ஆண்டவன் சோலைக்குள் வந்து சுற்றிச் சென்றனர். சாலையில் கார்களும் ஜீப்புகளும் விரையும் இரைச்சல் நசுங்கலாகக் காதில் விழுந்தது. சைக்கிளில் வந்த மூன்று யுரேஷியப் பெண்டிர் - நடனசாலை வாடகை நாட்டியக்காரிகள் - மாணிக்கத்தைப் பார்த்துத் தோளைக் குலுக்கிப் புன்னகை பூத்துக் குறிப்புச் சைகையாய்ச் சீட்டி அடித்துச் சென்றார்கள்.

கடிகாரத்தைப் பார்த்தான். நாற்பது நிமிஷம் ஆகிவிட்டது. ஹாரனை அலற விட்டான். கோயில் நிலைப்படியில் யாரோ ஒருவரின் தலை எட்டிப் பார்த்து விலகியது.

சதைத்திரளில் புதைந்த கண்களும் கோவைக்கனி அதரங்களும் நகைபடு தீஞ்சொல்லும் தளர் நடையுமாகத் தத்தித் தொத்தி வந்த இரண்டு குழந்தைகளைக் கையில் பிடித்துக்கொண்டு சீனத்தாய்

* தண்ணீர் மலையானுக்குக் காவடி எடுத்துவரும் சீனர்களை பினாங்கில் தைப்பூசத் தன்று பார்க்கலாம். தண்ணீர் மலையானின் பெயருடைய சீனர்களும் உண்டு.

படிக்கட்டில் இறங்கித் தரையில் நடந்து வந்தான். பின்னால், கோயில் பிரசாதத்தைத் தாங்கிய மரவையுடன் வந்தான் தந்தை. அனைவர் நெற்றியிலும் பளிச்சென்று இலங்கிற்று திருநீறு. தாயினிடம் இடையறாது மழலை மொழிந்து நடந்த குழந்தைகள் அகம் குளிர முகம் மலர ஒரே பார்வையாய்ப் பார்த்துக்கொண்டிருந்தான் மாணிக்கம். ஒப்பல் கார் புறப்பட்டுச் சென்று திரும்பி மறைந்தது, தண்ணீர்மலைக் கோவணாண்டியின் சீன அடியார்களுடன்.

"போகலாமா?" செல்லையா கதவைத் திறந்து, ஏறி உட்கார்ந்தான்.

"அப்படியே ஆவதாக." கார் திரும்பிக் கிளம்பியது.

"என்ன, ஏதாவது பயன் தெரிகிறதா?" மாணிக்கம் தலையைத் திருப்பினான்.

"உனக்கு நம்பிக்கை இல்லாவிட்டால் வாயை மூடிக்கொண்டு பேசாமலிரு."

"ஆறுவது சினம், ஆகவே, சீறுவது பிழை, உணர்க."

"உணர்ந்தனம்."

இருவரும் சிரித்தார்கள்.

பர்மா ரோடில் தான்செங் ரெஸ்டாரன்ட் முன்னே போய் ஆஸ்டின் நின்றது.

"நான் கிட்டங்கிக்குப் போய்ச் சாப்பிடுகிறேன். காலையில் இந்த இழவுச் சாப்பாடு எனக்குப் பிடிக்காது."

"இந்தச் சாப்பாடு, அந்தச் சாப்பாடு! எல்லாம் சாப்பாடு தான். வா. அயல் நாடுகளில் தமிழன் முன்னேறாததற்கு உணவும் ஒரு காரணம், தெரியுமா?"

செல்லையாவின் கையைப்பிடித்து உள்ளே இழுத்துச் சென்றான்.

தோட்டத்தை அடுத்த தாழ்வாரத்தில் வரிசையாய் மேசைகளும் அவறைச் சுற்றிப் பிரம்பு நாற்காலிகளும் கிடந்தன. தென் கோடிக்குப் போய் உட்கார்ந்தார்கள். தரைக்கும் தாழ்வாரக் கூரைக்கும் இடையே வலைப்பின்னலெனப் பூக்கொடிகள் படர்ந்திருந்தன. அப்பால், பாத்தி பாத்தியாய் மலர்ச் செடிகள், ஆள்மட்ட மரங்கள், மகிழம்பூ வகையான ஏதோ ஒரு மலரின் இனிய மணம் வந்தது. உள்ளே, வானொலிப் பெட்டியிலிருந்தும், அடக்கிய குரலில் ஜாஸ் பாடல் கிளம்பி ஒலித்தது. வியாபார - மெலிவுக் காலை நேரமாதலின் தட்டு - கோப்பை - கரண்டிகளின் கலகலப்பு அதிகமாகக் காதில் விழவில்லை.

வேண்டிய தின்பண்டங்களுக்குக் கட்டளை பிறப்பித்து விட்டு, '555' டின்னை எடுத்து மேசைமேல் வைத்தான் மாணிக்கம். "செல்லையா, சிலப்பதிகாரம் படித்திருக்கிறாயா?"

"சிலப்பதிகாரமாவது சிலப்பதிகாரமாவது! குறிப்புப் பேரேட்டைத்தான் நாள் தவறாமல் படிக்கிறேன்."

"இதற்காக, நீ தமிழன் அல்லவென்று சொல்ல முடியாது. பொதுப்படையாகக் கதை தெரியுமல்லவா?"

"ம். வசனக் கதையைப் படித்திருக்கிறேன். வேங்கடசாமி நாட்டாரோ கார்மேகக் கோனாரோ எழுதியது. ஊரில் பல முறை கோவலன் நாடகம் பார்த்திருக்கிறேன்."

"அது போதும்" செருமினான். "கண்ணகியை மறந்து திருக்கடையூருக்குப் போய். 'மாதவி வீடென்பது இதுதானா?' என்று கோவலன் தேட நேர்ந்தது ஏன்? கண்ணகிக்கு என்ன குறை?"

"கண்ணகிக்கு என்ன குறை? எல்லா வகைகளிலும் உயர்ந்தவள் அல்லவா! அழகு, அறிவு, குணம், ஒழுக்கம், கற்பு, விருந்தோம்பல்..."

"போதும் போதும், நிறுத்து, கண்ணகி ஒரு குறையும் இல்லாத பத்தரை மாற்றுப் பசும்பொன், தெய்வப் பெண்."

"ஆமாம்" தலையைப் பின்னால் சாய்த்து நாடியில் விரலை வைத்தான்.

இப்போது எதற்காக சிலப்பதிகார ஆராய்ச்சியில் இறங்கியிருக்கிறான்?

"கோவலன் கண்ணகியைக் கைவிட்டு, மாதவி வீட்டுக்கு ஓடியது ஏன்? தெரியுமா?"

"தெரியாது, சொல்லேன்."

"பெண்டாட்டி வேண்டுமென்று அவன் கண்ணகியைக் கைப்பிடித்தான். நெருங்கிப் பார்த்தபொழுது, அவள் பெண்டாட்டி அல்ல, தெய்வப் பெண் என்று தெரிந்தது." டின்னிலிருந்து ஒரு சிகரெட்டை உருவிப் பற்ற வைத்தான்.

பலகாரத் தட்டுகளுடன் காப்பிக் கூஜாவும் கோப்பைகளும் மேசைக்கு வந்தன. மாணிக்கம் காப்பியை ஊற்றிக் குடித்தான். மீகோரெங் தட்டை இழுத்து உண்ணத் தொடங்கினான் செல்லையா.

“சனியன், ஒரே எண்ணெய்! எண்ணெயோ, கொழுப்போ, ம்... காலை வேளையில் கோவலன் செட்டியை இழுத்து வைத்து மாரடிக்கிறாயே, ஏன்?”

“அதை அப்புறம் சொல்கிறேன்... கோவலனுக்குப் பெண்டாட்டி தேவை. அவனுக்குக் கிடைத்ததோ தெய்வம். தெய்வத்தை என்ன செய்வது? கும்பிடலாம், துதிக்கலாம், போற்றலாம், கோயிலில் வைக்கலாம்... பெண்டாள முடியாது. ஏய்!” மேசையில் தட்டினான். ஓடி வந்த பையனிடம் பழங்களுக்குச் சொல்லிவிட்டு, முர்த்தாபா தட்டைக் கரண்டியால் இழுத்தான்.

“மாணிக்கம், எனக்கு மனது சரியில்லை. தொணதொணவென்று உயிரை வாங்காதே. கோவலனுக்கு நானாடா கண்ணகியைக் கட்டி வைத்தேன்?”

“இல்லை, மாசாத்துவான் செட்டி.”

“போ, துறைமுகத்தில் போய்ப் பார். யவன நாட்டுக் கப்பல்களை எதிர்நோக்கி நிற்பான்; அவனிடம் சொல்.”

“ஆஅஅ! யவன நாட்டு மரக்கலங்களை எதிர்நோக்கி நிற்கும் பூம்புகார் வணிகன்! செல்லையா, உனக்கு வரலாற்றுப் பான்மை இருக்கிறது. யவனர் நன்கலம் தந்த தண் கமழ் தேறல்! கலந்தரு திரு வறி புலம்பெயர் மாக்கள் கலந்திருந் துறையும் இலங்கு நீர் வரைப்பு! நளி இரு முன்னீர் நாவாய் ஓட்டி வளிதொழில் ஆண்ட சோழர்...! புகார், கொற்கை, முசிறி! அது பண்டைத் தமிழகம். நாம் மறந்துவிட்ட பொற்காலம். வரலாற்றுப் பார்வை அத்துடன் நிற்க, பூம்புகார்ப் பெருவணிகன் மாசாத்துவான் செட்டிக்கு நான் சொல்வது புரியாது. எந்த ஊரில் எதைக் கொள்முதல் செய்து எங்கு அனுப்பி விற்றால் கூடுதலாக ஆதாயம் கிடைக்கும் என்ற ஒன்றே ஒன்றுதான் அவனுக்குத் தெரியும். அதனால்தான் உன்னிடம் சொல்கிறேன். இளங்கோவடிகளும் உன்னைப் போன்றோருக்குத்தான் எழுதினார். டேய், சியாங்!”

மாணிக்கம் முகத்தைத் திருப்பி, கேக்மீது சுற்றியிருந்த கண்ணாடிக் காகிதம் கிழிந்து, தூசு படிந்திருக்கிறதென இரைந்தான்.

நடுங்கி வந்து நின்ற பையன் மன்னிப்புக் கேட்டுவிட்டு, வேறு கேக் எடுத்துவர ஓடினான்.

“ஏன்டா இப்படிக் கத்துகிறாய்? மெதுவாய்ச் சொன்னால் என்ன?”

“முதலில் கோவலன் - கண்ணகி உறவு. இடையில் புது விவகாரத்தைக் கிளப்பாதே... தெய்வப் பெண்! ‘தெய்வந் தொழாஅள்

கொழுநற் றொழுதெழுவாள் பெய்யெனப் பெய்யும் மழை.' ஊரில் மழை பெய்யக்கூடும். அவனுக்கு? மழை - மழை பொழியும் பெண்டாட்டி வேண்டுமே, என்ன செய்வது? ஓடு திருக்கடையூருக்கு. 'திருக்கடையூர் தனிலே சித்திரைத் தேரோடும் வீதியிலே மாதவி வீடென்பது இதுதானா?...' பெண்டாட்டி வேண்டியவனுக்குத் தெய்வப் பெண்ணைக் காட்டிலும் கூத்தாடிப் பெண் எவ்வளவோ மேல்."

செல்லையா அடக்கிய முறுவலுடன் ரம்புத்தான் பழத்தை உரித்துக்கொண்டிருந்தான். சிக்கலான விஷயங்களைப் பற்றிப் பேசுமுன் எகத்தாளமாக இலக்கிய ஆராய்ச்சி நடத்துவது மாணிக்கத்தின் வழக்கம் என்பதை அறிவான்.

"இளங்கோவடிகளின் சிலப்பதிகாரத்திலிருந்து தெரியும் உண்மை என்ன? கோவலர்களுக்கு அதாவது உனக்கும் எனக்கும் கண்ணகிகள் சரிப்படமாட்டார்கள். மாதவிதான் சரி. கோவலனைப் போல் அறிவு மழுங்கி, இரண்டாவது முறை கண்ணகியிடம் சென்றால் உயிரையே இழக்க நேரும் - மதுரைத் தெற்காவணி மூல வீதியில் போய்ச் சாக வேண்டியதுதான்."

"ஏன் தெற்காவணி மூல வீதி, வடக்காவணி மூல வீதி ஒத்து வராதோ?"

"மடையா! அதுதான்டா நகை வணிகர் தெரு. கண்ணகிகளின் சிலம்புகளும் பொட்டுத் தாலிகளும் முடிவில் அங்குதான் போய்ச் சேர வேண்டும்."

"ஓ! சரி சரி, அது கிடக்கட்டும், மாதவியும் கற்பரசி என்பதை மறந்துவிட்டாயே, அவள்..."

"கற்பரசி! எந்தக் கழுதையும் கற்பரசியாக இருக்க முடியும். காலைக் கட்டிக்கொண்டு சும்மாயிருந்தால் போதும். தட்டு வாணியாவதற்குத்தான் கவர்ச்சியும் முயற்சியும் தேவை... மாதவிக்குச் சதிர் ஆடத் தெரியும். கானல் வரி பாடத் தெரியும். அந்தமட்டில் கண்ணகியைவிட உயர்ந்தவள்தான் - அதாவது கோவலர்களைப் பொறுத்தவரையில்."

"உன் சிலப்பதிகாரக் குதர்க்க ஆராய்ச்சி போதும். முடிவு என்ன, சொல்லித் தொலை."

"மரகதத்துக்கு மாலை போடும் ஆசையை விட்டுவிடு. தங்கச்சி ஒரு கண்ணகி, நீ கோவலன்."

"மாணிக்கம், மரகதத்தைப் பற்றி வேடிக்கைப் பேச்சு வேண்டாம். மரகதத்தை சையாம் ரோடு கனகவல்லி என்று நினைத்தாயா?"

"இல்லவே இல்லை. கண்ணகி என்று நினைக்கிறேன். கனகவல்லி, மாதவி வர்க்கம். ஆனால், அவளைக் காட்டிலும் நயம் சரக்கு. திருக்கடையூர்க்காரிக்கு ஆடவும் பாடவுந்தான் தெரியும். சையாம் சாலைப் பெண்ணரசிக்கோ சூது, குடி, தெருச் சண்டை எல்லாம் தலைகீழ் பாடம்." பையனைக் கூப்பிட்டு மேற்கொண்டு தின்பண்டங் களுக்குக் கட்டளை பிறப்பித்துவிட்டுத் திரும்பினான்.

"டேய், வயிறு நிறையத் தின்பதற்கென்ன கொள்ளை? முதலில் திருநீறு; பிறகு 'காயிலை உதிர்ந்த கனி சருகு புனல்' கடைசியில் கோவணம், ம்? இந்தா, இதைக் காலி செய்" மூர்த்தாபா தட்டைத் தள்ளி விட்டான்.

"போதும், போதும். உன்னைப்போல் தின்ன என்னால் முடியாது." கூஜாவைத் தூக்கிக் கோப்பையில் காப்பியை ஊற்றினான்.

"இந்தச் சமயத்தில் கண்ணகிகள் என்ன சொல்வர்? ஐயோ! இப்படிக் குருவியாட்டம் தின்றால் உடம்பு என்னத்துக்காகும்? இப்பவே துரும்பாய் இளைச்சுப் போயிருக்கு... இந்தக் கத்திரிக்காய்ப் பொரியலைச் சாப்பிடுங்க, உங்களுக்காக வாங்கியாந்து சமைச்சேன், கொஞ்சோண்டு தின்னு பாருங்களேன்... தலைதெறிக்க ஒரே ஓட்டமாய் மாதவி வீட்டுக்கு, அல்லது சையாம் சாலைக்கு ஓடும் வரை கழுத்தில் ரம்பத்தை வைத்து அறுத்துக்கொண்டிருப்பார்கள். யார்? கற்பரசிகள், கண்ணகிகள், மரகதங்கள்"

"சரி, அப்புறம்?" வாயை இறுக்கி மூடிக்கொண்டு கண்களால் சிரித்தான்.

மாணிக்கம் வாழைப்பழத்தை உரித்து வாயில் போட்டுக் கொண்டு, சிகரெட் புகையை இழுத்து ஊதினான்.

"அது மட்டும் அல்ல; நம்மைப் போன்ற நடப்பு மனிதர்கள் கண்ணகிகளின் கையில் சிக்கினால், சுடுகாட்டுக்குப் போகும் வரையில் நிம்மதி இராது" இடது கை தலைமுடியைக் கோதிற்று. பாதி மூடிய கண்களில் ஒளிர்ந்தது. வாயிலிருந்து புகை வளையங்கள் கிளம்பி வந்தன. "ஐயோ! இப்படிச் சீரெட்டுக் குடிக்கிறிங்யளே, உடம்பு என்னத்துக்காகும்? காப்பி பித்தமுனு சொல்வாகளே, இனிம விட்ருங்க, பசும்பால் காய்ச்சித் தரேன்... சனிக்கிழமையும் இதுமாய் எண்ணெய் தேய்ச்சிக் குளிக்யாமல் அடம் பண்றிங்களே! உச்சிப் பொழுதாகியும் இப்படி உறங்கலாமா...! விரிக்கிற் பெருகுமென்றஞ்சி இத்துடன் விடுத்தனம், உணர்க." பப்பாளிப் பழத்துண்டுகளைக் கரண்டியால் எடுத்துத் தின்ன ஆரம்பித்தான்.

“மாணிக்கம்! இதெல்லாம் எங்கே கேட்டாய்?”

“தயவு செய்து குறுக்கிடாதே. கோர்வை குலைந்துவிடும். இதனால் தான் கல்யாணம் செய்துகொள்வோரை மடையர்கள் என்று சொல்கிறேன். கல்யாணம் எதற்காக? அதன் அடிப்படை என்ன? அதற்காக, குடும்பம் என்ற வீண் சுமையைத் தாங்கித்தான் ஆக வேண்டுமா? அதைத் தவிர்க்க முடியாதா...? தேவை என்றே வைத்துக் கொள்வோம். தேவையென்றால் எவளாவது ஒருத்தி கழுத்தில் கயிற்றைக் கட்டி இழுத்து வர வேண்டியதுதானே? சோறாக்கவும் பிள்ளை பெறவும் எவளுக்குத் தெரியாது! கண்ணகியோ, மாதவியோ, கனகவல்லியோ, யாராக இருந்தால் என்ன? இன்ன பெண்தான் வேண்டும், அவள் கிடைக்காவிடின் வாழ்க்கையே இல்லை என்பது எவ்வளவு மடத்தனம்! சிச்சிச்சி!”

“உன் பேச்சைக் கேட்டால் சமூகம் அடியோடு அழிந்து போகும். மனைவி, பிள்ளை எல்லாம் ரப்பர் மரங்கள் என்று நினைத்தாயா?”

“டேய், நீ அசல் பூர்ஷ்வாப் பயல் - செக்குமாடு... காதல், கல்யாணம், கற்பு, பிள்ளை, சொத்து, பரம்பரை! டாமிட் ஆல்.” மேசையில் ஓங்கிக் குத்தினான். பீங்கான் தட்டுகளும் கோப்பைகளும் அலறிக் குதித்தன. “எல்லாம் யோசிக்கும் வேளையில் பசி தீர உண்பதும் உறங்குவதுமாக முடியும். இது யார் வாக்கு, தெரியுமா? தாயுமானவர்! ‘தீயினிடை வைகியும் தோயமதில் மூழ்கியும், தேகங்கள் என்பெலும்பாய்த் தெரிய நின்றும், சென்னிமயிர்கள் கூடாக் குருவி தெற்ற வெயிலூடிருந்தும், வாயுவை அடக்கியும் மனதினை அடக்கியும்’ உண்மை தெரிய முயன்ற அறிஞர்களில் ஒருவர்”

“ஓஹோ! நீரிலும் நெருப்பிலும் புகுந்து பார்த்தவர் உண்மையை அறிந்தாரோ?”

“யான் அறியேன். எனக்குத் தெரிந்தவரையில், மனிதன் அறிய விழைவது - ஆனால், அறிய இயலாதது உண்மை. அறியப்படுவது அழிவுறுமாதலின் அழிவற்றது அறிவிற்கு அப்பாற்பட்டதாயிற்று.”

“அறிவிற்கு அப்பாற்பட்டதை அது அவ்வாறானதென்று எவ்வாறு அறிவது?”

“அறிந்தது எது, அறியாதது எது என்பதை அறிவதே அறிவின் இலக்கணம்.”

“சரி சரி, எனக்கு முற்றிவிட்டது. இனிக் கோவணத்தைக் கட்டிக்கொண்டு கிளம்ப வேண்டியதுதான்.”

“உடை குறித்து எனக்கும் பண்டைய முனிவர்களுக்கும் கருத்து வேற்றுமை கிடையாது. மனிதனை மடமையில் பிணைக்கும் தளைகளில் ஆடைக்கு முதலிடம் உண்டு. அது நிற்க, திருச்சிராப்பள்ளி முனிவர் என்ன சொன்னார்?”

“தாயுமானவரா? பெரிய பாறாங்கல்லைத் தூக்கி உன் தலையில் போடச் சொன்னார்.”

“ஒருபோதும் சொல்லார் - சொல்லியிரார். அவர் எவ்வுயிர்க்கும் செந்தண்மை பூண்டொழுகிய முனிவரன்றோ! தாயுமானவர் சொன்னார்: “எல்லாம் யோசிக்கும் வேளையில் பசி தீர உண்பதும் உறங்குவதுமாக முடியும், உள்ளதே போதும் நான் நானெனக் குழறியே ஒன்றை விட்டொன்று பற்றிப் பாசக் கடற்குளே வீழாமல்...”

“போதும் போதும், நிறுத்து. தாயுமானவர்! அந்தக் காவி வேட்டிச் சாமியாருக்கு இல்லறம் பற்றி என்ன தெரியும்? மரகதம் போன்ற ஒரு பெண்ணைப் பார்த்திருக்கக்கூட மாட்டாரரோ?”

“சேச்சேச்சே! உனக்குத் தமிழ்ப் பயிற்சி போதாது. தாயுமானவர் நாயுடு ராஜ்யத்தில் *ஆடிட்டர் ஜெனரலாகப் பதவி வகித்தவர். ‘மதி அகடு தோய் மாடகூடச் சிகர மொய்த்த சந்திரகாந்த மணி மேடை உச்சிமீது, முத்தமிழ் முழக்கமொடு முத்த நகையார்களொடு முத்து முத்தாய்க் குலவி’ வாழ்ந்திருக்கிறார். தாயுமானவரின் அறிவிலும் அழகிலும் மயங்கி அரசி அவர் வேட்டியைப் பிடித்து இழுத்தாளென்று வரலாறு கூறா நிற்கும். மரகதம் போன்ற ஒரு பெண்மணியைக் கண்டதோடன்றியும், மணந்து இல்லறம் நடத்தினார். அந்த அம்மையார் மட்டுவார்குழலி, என்ன இனிமையான பெயர்!”

“போதும் போதும். சாமியார் உபதேசம் எனக்கு வேண்டாம்.”

“சரி, சாமியார்கள் உபதேசம் ஒழிக...! அது எப்படியாயினும், எல்லோருக்குமே மிக முக்கியமானதொரு கடமை உண்டு. உடம்பைப் பேணி ஒழுகும் மாபெரும் கடமை! உடம்பார் அழியின் உயிரார் அழிவார், திடம்பட மெய் ஞானம் சேரவு மாட்டார், உடம்பை வளர்க்கும் உபாய மறிந்தே, உடம்பை வளர்த்தேன் உயிர் வளர்த்தேனே’ என்பது திருமந்திரம்.”

★ திருச்சியைத் தலைநகராக வைத்து அரசாண்ட விஜயரங்க சொக்கநாத நாயக்கரிடம் தாயுமானவர் (1705-1742) ஆடிட்டர் ஜெனரலாக (பெரிய சம்பிரதி) இருந்தார். அவருக்குமுன் அவர் தந்தை கேடிலியப்ப பிள்ளையும் அதே பதவியை வகித்திருந்தார்.

"நீ பச்சை நாஸ்திகன்; சாமி, பூதம், கோயில், குளம் என்று எதுவுமே இல்லை...! உனக்கு ஏன் திருமந்திரமும் தாயுமானவர் பாடலும்...?"

"நான் நாஸ்திகனோ அல்லனோ, நானே அறிந்திலேன்; ஆயினும் தமிழைப் புரிந்து நுகரும் திறனுடைய பிறவித் தமிழன். அவ்வாறு இருக்கையில், 'ஒன்றை விட்டொன்று பற்றிப் பாசக் கடற்குளே வீழாமல்' வாழுமாறு எச்சரித்த தாயுமானவனையும், 'தானே தனக்குப் பகைவனும் நட்டானும்' என்று எழுதிய திருமூலனையும் எவ்வாறு புறக்கணிப்பது?"

"தானே தனக்குப் பகைவனும் நட்டானும்?"

"ஆம், நட்டானும் என்றால் நண்பனும் என்று பொருள். எல்லாமறிந்த முனிவன் பாடுகிறான், கேள்:

தானே தனக்குப் பகைவனும் நட்டானும்
தானே தனக்கு மறுமையும் இம்மையும்
தானே தான் செய்த வினைப்பயன் துய்ப்பானும்
தானே தனக்குத் தலைவனுமாமே!

என்ன அற்புதமான பாட்டு! என்ன உயரிய கருத்து! நல்லது கெட்டதும், இன்ப துன்பமும், வாழ்வு தாழ்வும் நம் கையிலேயே இருக்கின்றன; எல்லாம் நம் மனதைப் பொறுத்தவை என்கிறான்."

"எப்படியும் பாடலாம், பாட்டு மனத்துயரைப் போக்கி விடுமா?"

"பாட்டு, மனத்துயரைப் போக்குவது, பாட்டின் தன்மையையும், கேட்போனின் மனப் பக்குவத்தையும் பொறுத்தது. அது போகட்டும், நீ சரியாக உண்பதில்லை, உறங்குவதில்லை என்று முகம் சொல்கிறது" - நாடக பாணியை நீக்கி நடப்பு முறையில் பேசலானான்.

"என்ன செய்வது, உணவு செல்லவில்லை; சரியான உறக்கமும் இல்லை" மனம் கரைந்து சொன்னான்.

"கிட்டாதாயின் வெட்டென மற என்ற பழமொழி தெரியுமல்லவா?"

"தெரியுந் தெரியும். அதற்கும் புது விளக்கம் சொல்லப் போகிறாயா?"

"நான் சொல்வதைக் கேள். இடையில் தலையிட வேண்டாம்... சிகரெட்டைப் பற்றவை" நெருப்புக் குச்சியைக் கிழித்து நீட்டினான். "தங்கச்சி விஷயம் முழுவதும் எனக்குத் தெரியும். சீனி முகமது ராவுத்தரையும் லாயரையும் ராமச்சந்திர ஐயரையும் வானாயீனாவிடம் போய்ச் சொல்லச் சொன்னது நான்தான். அவர் மனதை மாற்றவே முடியாது. வானாயீனாவைப் பற்றி உன்னைவிட எனக்கு அதிகமாகத்

தெரியும். அண்டிமன் சீட்டுகளைச் சிதையாக அடுக்கி அதில் அவரைக் கிடத்தித் தீ வைத்து எரித்தாலும் அவர் மனம் இளகாது."

"சரி, வேறு வழியே இல்லையா? நானும் மரகதமும் அவர் பிடிவாதத்துக்குப் பலியாக வேண்டியதுதானா?" குரல் கலங்கி ஒலித்தது.

"இரண்டு வழிகள் உண்டு. ஒன்று: நீங்கள் இருவரும் வெளியேறிப் பதிவுத் திருமணம் செய்துகொள்வது. அதற்குத் தங்கச்சி உடன்படாது. மற்றொன்று: மரகதத்தை வலுக்கட்டாயமாகத் தூக்கி வந்து தாலி கட்டுவது. இந்த யோசனையை நீ ஏற்க மாட்டாய்."

"ரெஜிஸ்டர் கல்யாணத்துக்கு, கடைசி நேரத்தில் மரகதம் ஒப்புக்கொள்ளும். எனக்கு நம்பிக்கை இருக்கிறது."

"மரகதம் ஒப்புக்கொள்ளாது" மாணிக்கம் தீர்மானமாய்ச் சொன்னான். "அது கண்ணகி வகைப் பெண். அப்படிப்பட்ட பெண்கள் இருப்பதனால்தான் தமிழ்நாட்டில் இன்றுகூட, சங்க காலத்தையும் நிகழ்காலத்தையும் இணைக்கும் மரபுச் சரடைக் காணமுடிகிறது. அவர்கள் மரபு, பண்பாடு, பழக்க வழக்கங்களின் அடிமைகள் - காவலர்கள்."

"எனக்கு இன்னும் நம்பிக்கை போய்விடவில்லை. மரகதத்தின் தாயார் என் கட்சி."

"*சின்னாத்தாளா! மரகதத்தைப் பெற்றெடுத்த பெரிய மரகதம். அதற்கிது நீளம், புளிப்பிலோ அப்பன்...! கடைசிக் கட்டத்தில் கணவனார் கீறும் கோட்டைத் தாண்ட மாட்டார். எதிர்ப்புப் போராட்டமெல்லாம் வெறும் புலம்பலோடு சரி."

"கடைசிவரை பார்க்கலாம், அப்புறம் ஆனபடி ஆகட்டும்."

"இது ஒன்றும் தலைபோகிற காரியம் அல்ல. எந்தக் கவலையையும் இருபத்து நான்கு மணி நேரத்தில் மறக்க முடியும். அதற்கு வேண்டியது மனத் திடம் ஒன்றே."

"நம்முடைய கல்யாண முறையின் அடிப்படையே தவறு. நானும் மரகதமும் திருமணம் செய்துகொள்ள விரும்புகிறோம். மூன்றாவது ஆள் ஒருவரின் தடங்கலால்..."

"இந்த 'மூன்றாவது ஆள்' மரகதத்தைப் பெற்று வளர்த்த தந்தை...?"

★ சின்னாத்தாள் - சித்தி. ரத்த உறவில்லாத வெவ்வேறு ஜாதியினரும் கூட நெருக்கத்தைப் பொருத்து உறவுமுறை வைத்துக்கொண்டு அதற்கேற்பப் பழகுவார்கள்.

“யாரோ... அவர் தடங்கலால் நாங்கள் திருமணம் செய்து கொள்ள முடியவில்லை.”

“எந்த முறையாக இருந்தாலும் இங்கும் அங்கும் குறைகள் இல்லாமல் இராது. இதுவரையிலும், குறையே இல்லாத முறை எதுவும் வகுக்கப்பட்டதில்லை. மொத்தமாய்ப் பார்க்கும்போது, தமிழர்களின் திருமணமுறை, அப்படியொன்றும் மோசமானதல்ல... ஏய்! காப்பி.”

“அது எப்படியோ போகட்டும். முடிவாக என்ன சொல்கிறாய்?”

“முடிந்தால் மரகதத்தை மணந்துகொள், முடிந்தால்! கிட்ட தாயின் வெட்டென மறந்துவிட்டு, மரகதத்துக்குப் பதிலாக வேறொன்றில் - வேலை, விளையாட்டு, இலக்கியம் எதிலாவது கவனம் செலுத்து. கொஞ்ச நாளில் மரகதத்தின் நினைவு மறைந்துவிடும்.”

“நீ சொல்வது போல் மரகதத்தை அவ்வளவு சுளுவாக மறந்துவிட முடியுமா?”

“ முடியும், முடியும், முடியும்!” நாலாவது மங்கு காப்பியை எடுத்துக் குடித்தான், “அதைக் குடி.”

“வேண்டாம்... நடக்கிறபடி நடக்கட்டும், பார்ப்போம்” செல்லையா எழுந்தான்.

“காப்பி வேண்டாமா, ஏன், ஓ, பித்தமோ! சரி, நானே குடிக்கிறேன்” ஐந்தாவது மங்கு காப்பியையும் குடித்துவிட்டு எழுந்தான்.

“நீ எங்காவது போக வேண்டுமா?”

“காலையில் எஸ்டேட்டுக்குப் போய்ச் சேர வேண்டும். அவ்வளவு தான்.”

“தீவை ஒரு சுற்றுச் சுற்றி வரலாம், வா.”

“அப்படியே ஆகுக. பகல் உணவு ஆயர் ஈத்தாம் ரெஸ்டாரன்டில், ‘புல்லு தின்னி’ மணிக்குக் கல்யாணம். இப்பொழுதுதான் நினைவு வந்தது. சீனப் பெண். பள்ளி ஆசிரியையாம். சிங்கப்பூர் ஹார்பர் போர்டில் வேலை பார்க்கிறான்; தெரியும் அல்லவா?”

“அது தெரியும். கல்யாண விஷயம் நீ சொல்லித்தான் தெரிகிறது. போன மாதம் ஈப்போவில் பார்த்தேன். ஆள் பாதியாக இருக்கிறான்” காரில் ஏறினான்.

“சிங்கப்பூர் வசதிக்குறைவான ஊர். ஒரே காங்கை” மாணிக்கம் ஸ்டீரிங்கைப் பிடித்துக்கொண்டு உட்கார்ந்தான். கார் கிளம்பியது.

6. மனமெனும் புதிர்

வெளியிலிருந்து வந்த செல்லையா பெட்டியடியில் போய் உட்கார்ந்தான்.

"அண்ணே, மொதலாளி உங்களை மேல வரச் சொன்னாரு" பெட்டியடிப் பையன் சேது சொன்னான்.

"வேறு யாரும் இருக்கிறார்களா?"

"இல்லையண்ணே."

"கணக்குப் பார்த்துக் கொண்டிருக்கிறாரா?"

"இல்லை. மெத்தைக்குப் போறதுக்கு முன்னால, பேரேட்டை வாங்கி ஒங்க கணக்கைப் பாத்தாரு."

"எதாவது சொன்னாரா?"

"ஒண்ணும் சொல்லலை. வந்ததும் மேல வரச் சொல்லுன்னு சொல்லிப்பிட்டுப் போனாரு."

செல்லையா படியிலேறி மேல்வீட்டுக்குச் சென்றான். தென்புற அறையின் கதவு திறந்திருந்தது. ஜன்னலோரம் கிடந்த நாற்காலியில் கண்ணைமூடி அமர்ந்திருந்தார் முதலாளி. காலடி ஓசை கேட்டுக் கண்கள் திறந்தன. செருமிக்கொண்டே நாற்காலியில் இடம்பெயர்ந்தார்.

"அப்படி உட்காரு." - பிள்ளையவர்களின் இடக்கை, எதிர்ப்புறத்தில் இருந்த நாற்காலியைச் சுட்டிவிட்டுத் தொடைக்குத் திரும்பியது.

"ஒங்க அப்பு கடதாசி எழுதினாரா?"

"ஆமா, எழுதியிருக்காக."

"ம்ம்... சரி உக்காரு." இடது உள்ளங்கை மாறிமாறி இரு புருவங் களையும் தடவியது. கண்கள் மூடின. இடதுதொடை மீது அட்டணை போட்டிருந்த வலது கால் கடுவிரைவாய்த் துடித்துக் கொண்டிருந்தது.

கீழ்ப்புறச் சுவரோரம் கிடந்த நாற்காலியில் செல்லையா உட்கார்ந் தான். கீழே தெருவில், எதிர்த்த கடை மேலாள், ரிக்ஷாக்காரனுடன் வாய்ச்சண்டை நடத்திக்கொண்டிருந்தார் 'பீக்கிடா... லீமாப் பூலு சென்! கழுத களவாணிப் பய. சப்பான் வெள்ளியினு பீக்கிர்? முப்பது காசு கசி..."

"செல்லையா, ம்ம்... ஒன்னையப் பத்தி ஒங்க அப்புவுக்கு எழுதியிருந்தேன்." பார்வை செல்லையாவின் தலைக்குமேல் தொங்கிய புகைப்படத்தில் லயித்திருந்தது, வடிவேல் சிரித்தான்...

"ஒனக்கு என்ன வயசு?"

"இருபத்து நாலு."

"அப்ப, வடிவேலு ஒனக்கு ரெண்டு வயது எளைவயன்" குரல் கனிவாய், ஆதரவாய் ஒலித்தது.

"ம்ம்ம். நம்ம மரகதத்தை நாகலிங்கத்துக்குக் கட்டிக் கொடுக்கிறதுனு முடிவாகியிருச்சு. ஒனக்குத் தெரியுமில?"

"முடிவானது தெரியாது."

"முடிவாயிருச்சி. ஊர்ல போயி நடத்துறதினு திட்டம். நான் மூணு மாதத்தில் திரும்பியிடுவேன்... ம்ம்... நீ பட்டாளத்துக்குப் போன நாளையும் சேர்த்துச் சம்பளம் போட்ருக்கு. சாமானுக்கும் நல்லாச் செய்யணுமுனு நினைச்சிருக்கேன்" மகனிடம் பாசத்துடன் பேசும் தந்தையின் அன்பு பிள்ளையவர்களின் பேச்சில் கலந்து வந்தது. செல்லையா, பாய் விரித்திருந்த தரையைப் பார்த்தபடி உட்கார்ந்திருந் தான். என்ன சொல்வதென்று தெரியவில்லை. மரகதத்தை எனக்குத்தான் கட்டித்தர வேண்டுமென்று கேட்கலாமா...

"ஐ.என்.ஏ.யில் இருந்த காலத்துக்குச் சம்பளம் வேண்டாம்" சூடாகச் சொன்னான்.

"கிறுக்குப் பிள்ளை!" வானாயீனாவின் வலக்கை செல்லையாவைச் சுட்டியது. "வீம்புதானே கூடாது. அதுனால என்ன லாபம்? நீ கேட்டா நான் குடுக்கிறேன்? என்னை நம்பி ஒங்கப்பு பிள்ளைய அனுப்பிச்சாரே? எதுக்காக, ம்...? அது கிடக்குது. ஒன் விசயத்தை யோசிச்சேன். ஊருக்குப் போயி வந்த பிறகு, சூலியா தெருவில உனக்கு ஒரு புடவைக் கடை வைக்கலாமுனு நினைச்சிருக்கேன். நான் பணம் தாறேன். ஆதாயத்தில் எனக்கு ஒரு காசும் வேண்டாம்."

கீழ் உதட்டைத் துருத்தி வலக்கையை ஆட்டினார். "உன் போக்கு இந்தத் தொழில் சரிப்படாது." கண்கள் வடிவேலின் படத்தையும் தரையைப் பார்த்தபடி இருந்த அடுத்தாளையும் மாறி மாறி நோக்கின.

பிள்ளையவர்களின் பேச்சில் நடிப்போ, காரியம் சாதிப்பதற்கான நெளிவு சுளிவோ தென்படவில்லை. செல்லையா குழம்பினான். 'என் வாழ்வைக் குட்டிச் சுவராக்கும் இந்த மனிதர்மீது கொஞ்சங்கூடக் கோபம் வரவில்லையே, ஏன்? மரகதத்தின் திருமணம் பற்றி முடிவு செய்யும் உரிமைப் பொறுப்பு முற்றிலும் இவருடையதுதானா? இவர் செய்திருக்கும் முடிவு சரியா? புடவைக் கடை வைத்துக் கொடுப்பதாகச் சொல்லும் தாராளத்துக்குக் காரணம் என்ன? கழிப்புக் கழிக்கப் பார்க்கிறாரோ...?'

“நான் சொன்னதென்ன, சரிதானா?” வானாயீனா செருமினார்.

“என் எதிர்காலத்துக்கு நீங்கள் ஒன்றும் திட்டம் வகுக்க வேண்டாம்” தலை நிமிர்ந்து உறுமினான். இதற்கு முன் அவன் ஒரு நாளும் இப்படி முதலாளியை எடுத்தெறிந்து பேசியதில்லை.

முதலாளி திடுக்கிட்டார். காலின் துள்ளல் நின்றுவிட்டது. அவரிடம் கொண்டுவிற்ற ஆள் யாரும் இப்படி முகத்துக்கு முகம் துடுக்காகப் பேசியதில்லை.

“ம்ம்... ம்ம்... நீயாச்சிலும் திட்டம் போட்ருக்கியா?”

“இரண்டொரு இடத்தில் வேலைக்குச் சொல்லி வைத்திருக்கிறேன்.”

“என்ன வேலை?”

“பேங்க் வேலை, தோட்ட வேலை.”

“அதிலயெல்லாம் போனால் மனசு மாறியிரும். சொந்தஞ் சுருத்துங்கிற நெனைவு அத்துப்போகும். ஊர்த்தொடர்பு உள்ள வேலையாயிருக்கணும்... மாணிக்கம் பயலைப் பார்த்தியில?”

“ஊர்த்தொடர்பு இருந்தால் என்ன இல்லாவிட்டால் என்ன? மரகதம் போனபிறகு எல்லாம் ஒன்றுதான்.”

இப்படித் தன்னை மறந்து திடுமென வெளிப்படையாய்ப் பேசிவிட்டது அவனுக்கே வியப்பாக இருந்தது.

“இந்தா செல்லையா, நான் ஒனக்குத் தகப்பன் மாதிரி சொல்றேன், கேளு. பொம்பளையகளைப் பெருசா நினைச்சால் மேல வர முடியாது. சின்ன வயசில அப்படித்தான் இருக்கும். என்னமோ, தெய்வ சங்கற்பம் இல்லாமப் போச்சு. அதோட விட்ரு. உன் மனசும் மரகதம் மனசும் எனக்குத் தெரியாம இல்லை.”

செல்லையாவுக்கு ஆத்திரம் பொங்கியது. இருவர் மனமும் தெரியுமாமே...

“மரகதத்தை ஆடு மாடு என்று நினைத்தீர்களா, யாரிடமாவது பிடித்துக் கொடுத்துவிட? அது விருப்பத்தைக் கேட்க வேண்டாமா?” குரல் காட்டமாக வந்தது.

“பையப் பேசு. ஒரு சங்கதியப் பேசினா காதும் காதும் வச்சாப்பில இருக்கணும்; எதிரி காதில் விழுந்திராமல் சாக்கிரதையாப் பேசணும். ம்ம்ம்... பொம்பளைக்கி அதிலயும் அது சின்னஞ்சிறுசு என்ன தெரியும்? பொம்பளையகளைக் கேட்டுக்கினு காரியம் நடத்துறதின்னா ஒண்ணும் நடக்காது... என்னையவும் காமாச்சியவும் கேட்டுக்கினா

எங்களுக்குக் கலியாணம் நடந்துச்சு, ம்? சரி, அப்படி நடந்ததுல கோளாறாய்ப் போச்சு?"

"மரகதம் கண்ணீரும் கம்பலையுமாய்க் கிடந்தும் உங்கள் மனம்..."

"இந்தா, எல்லாம் அதது தலையெழுத்துப்படி நடக்குது. நீங்ய சின்னப் பிள்ளையகதான், என்னமோ எல்லாம் ஒங்க கைக்குள்ள இருக்குதுங்கிறியக... சரி, முடிஞ்சு போன சங்கதியப் பத்திப் பேசி என்ன செய்ய? சொல்லு."

செல்லையா சிலைபோல் உட்கார்ந்திருந்தான். 'இவரை எந்தக் கணக்கில் சேர்ப்பது? என் மேல் வெறுப்பில்லை. மகளின் மீது அளவு கடந்த அன்பு. அப்புறம் ஏன்? தொழிலின் வருங்காலம். அன்பைவிடத் தொழில் பெரிதா? இதில் எது மறையும், எது நிலைக்கும், எது முதன்மையானது?'

"அப்புறம் ஒன் யோசனை என்ன? சொல்லு" அடுத்தாளின் முகத்தைக் கூர்ந்து நோக்கினார். 'கிறுக்குப் பய. மொகத்துல பழைய களையக் காணமே. இத இப்பிடி கோட்டையைப் பிடிக்கிற சங்கதியின்னி நெனைக்கிறானே!'

"நான் விலகிக்கொள்கிறேன்."

"என்ன! வெலகிக்கிறியா, ஏன்? நான் திரும்பினப்புறம், வேணு முன்னா ரெண்டு மாசம் ஊர்ல போயி இருந்துபிட்டு வா. சொன்னபடி சூலியா தெருவில கடை வைப்பம். இல்லை, வேற தொழிலு ஏதாவது செய்யி, பணம் தாறென். நீ ஒண்ணும் அந்நியமாய் நெனைக்காதே."

"விலகிக்கொள்கிறேன்."

"திரும்பித் திரும்பி அதையே சொல்லாதெ. நீ நடுவில் விலகிக்கினால் நம்ம மார்க்காவுக்கு என்ன மதிப்பிருக்கு? நாலு பேர் என்ன சொல்வாக? நம்பிவந்த பிள்ளைய விரட்டிப்பிட்டான்னுல பேச்சு வரும்."

"எந்தக் கப்பலில் போகப் போகிறீர்கள்?"

"அடுத்த கப்பல்ல. இன்னும் பத்து நாள்ல போகுமுங்கிறாக."

"கணக்கை முடித்து வைத்துவிடுங்கள். நீங்கள் கப்பலேறின பிறகு விலகிக்கொள்கிறேன்."

"நான் வயசில மூத்தவன் சொல்றதைக் கேளு. இன்னம் மூணு மாசம் பொறுத்துக்க. வந்து, ஒனக்குச் சாதகமா ஒன்மனசு கோணாம வேண்டியதச் செய்யிறென். நீ ஊர்ல போயி ஒரு நாளாச்சும் இருந்துபிட்டு வரணும். உங்கப்புக்கு நான்ல சவாப் சொல்றவன்."

"ஊருக்குப் போக நாளாகும்."

"இதுதானெ கூடாது, எடுத்தெறிஞ்சி பேசுறது. ஒனக்கு நல்ல பெண்ணாப் பேசி முடிச்சிக்கினு வாறென். அரிமளத்தில் சிங்கப்பூர் கடை ஆள் இருக்கான். அவுக வீட்ல கிளியாட்டமாய் ஒரு பிள்ளை யிருக்கு. நம்ம மரகதத்தைக் காட்டியும் செவப்பு, நல்ல லெச்சணம்..."

"லெச்சணமான பொண்ணு, மண்ணாங்கட்டி...! இனிமேல் மரகதம் பேச்சை எடுக்க வேண்டாம்" விழித்துப் பார்த்துக் கத்தினான்.

அடுத்தாளின் முகத்தை ஏறிட்டுப் பார்த்தார் வானாயீனா; சில விநாடிகள் பார்த்துக்கொண்டேயிருந்தார். 'கிறுக்குப் பய. இங்கிலீசுப் படிப்பும் சினிமாவும் சேந்து செய்யிற வேலை.'

"சிங்கப்பூர்ல பெண்ணுடைய அண்ணன் மூத்தவன் இருக்கான். லேவாதேவித் தொழிலோட புடவைக்கடையும் நடக்குது. ஒன்னைய எங்கெயோ பார்த்திருக்கான்போல இருக்கு. தங்கச்சியை உனக்குத் தான் கட்டிக்கொடுக்கணுமுனு ஒத்தைக்கால்ல நிக்கிறான். மரகதம் காரியத்தை முடிச்சிக்கினு ஒன் வெசயத்தைக் கவனிக்கலாமுனு இருந்தேன்... அரிமளத்தான் நம்ம எனத்திலேயே பெரிய புள்ளி. பதினைஞ்சு லகரத்துக்கு மேல தேறும். நல்ல குடும்பம்..."

"நம்ம இனம்! அவனும் உங்களைப் போலத்தான் இருப்பான். உங்களுக்குப் பிடிக்காதவனை அரிமளத்தான் தலையில் கட்டிவிடத் திட்டம் போடுகிறீர்களாக்கும்!" எழுந்து நின்றான். கண்கள் கோவைப்பழம் போல் சிவந்துவிட்டன.

"செல்லையா! உக்காரு. நான் சொல்றதைக் கேளு, உக்காரு."

பிள்ளையவர்களின் குரல் பரிதாபமாக ஒலித்தது. அவர் முகத்தைப் பார்த்தான். மனம் இளகியது. உட்கார்ந்தான்.

முதலாளியின் உடல் லேசாக நடுங்கிற்று. மடியில் விரிந்து கிடந்த வலது உள்ளங்கை மீது பார்வை பதிந்திருந்தது.

"ஒன்மேல என்னமோ கெட்ட எண்ணமாயிருக்கேன்னு நெனைக்காதே. வடிவேலுபோல நீயும் எனக்குப் பிள்ளைதான். சேதுப் பய, கருப்பையா எல்லாரும் எனக்குப் பிள்ளையக மாதிரி தான்" உள்ளங்கையை நோட்டமிட்ட கண்கள் மூடின.

"நீ இங்கிலீசு பள்ளிக்கூடத்தில படிச்சவன்... மனுச மக்களோட பழகி நாலு சங்கதியத் தெரிஞ்சிருப்பாய்... என்ன இருந்தாலும் ஒனக்குச் சிறுவயசு. போகப் போகத்தான் உலக நடப்புத் தெரியும்... ஒங்கப்பும் நானும் பர்மா டாப்புல இருக்கச்சே, தொழில் என்னமாயிருந்துச்சு,

நாங்க என்ன பாடுபட்டோமுங்கிறதெல்லாம் ஒனக்குத் தெரியாது. அதவினாக, எடுத்த எடுப்புலயே அடுத்தாளுக்கு வந்திட்டாய்... உலகத்தில எத்தினி எத்தினியோ காரியம் நடக்குது. அததுக்கு இன்னதுக்கு முறைதுறையினு இருக்கு. ஒரு ஒழுங்குமுறை இல்லாட்டி உருப்படியா ஒண்ணும் செய்ய முடியாது... ம்... உங்க அப்பு கடதாசி... ம்ம்.

எங்க அப்பு நம்ம ஊர்க் கோயில்ல பூக்கட்டிக் கொடுத்துச் சேவகம் செஞ்சாக. வீட்ல தரித்திரியம் பிடுங்கித் திங்யும். மூணு வேளையும் கஞ்சி - மிளகாய் வத்தல்தான். செட்டிப் பிள்ளையக் காலைக் கையப் பிடிச்சு அப்பு என்னை பர்மா டாப்புக்கு அனுப்பி வச்சாக. நான் சின்னப் பிள்ளை. விதரணை தெரியாத வயசு. கருக்கல்ல எந்திரிச்சுப் படுத்துக்கிற வரையிலயும் பம்பரமாய்ச் சுத்தணும். மேலு வலிக்கிது காலு வலிக்கிதுன்னி உக்கார முடியாது. எச்சிப் பணிக்கத்தைக் கழுவி எடுத்து, பெட்டியடி தொடைச்சிக் கிளியன் பண்ணணும். குளிச்சி முழுகிப் பாட்டுப் படிச்சிப் பூசை பண்ணணும். மேலாளுக்கு வேட்டி தொவைச்சுப் போடணும்; சமையல்காரன் இல்லாட்டிக் காலமுக்கி விடணும். மேல இருக்கிறவுகள்லாம் ஆளுக்கு ஆள் அதிகாரம் பண்ணுவாக. பெரிய அடுத்தாளுக்கு இருந்தவர் ‘அத்தறுதி’ முத்துக்கருப்ப பிள்ளை. கண்ணு மூக்குத் தெரியாமக் கோபம் வரும். கணக்குப் போடுறதுல இம்மி பிசகினாலும், ரூல் கம்பை எடுத்து அடி அடியினு அடிச்செறிஞ்சுருவாரு. ராவும் பகலும் மாடாய் உழைச்சுக் கருக்கிடையான பயல்னிப் பேரெடுத்தேன்... ஊருக்குப் போய்ட்டு அடுத்தாளுக்குச் சம்பளச் சீட்டு எழுதிக்கினு வந்தேன். அடுத்தாளுக்கு இருக்கச்சே வசூலுக்குப் போன எடத்தில எத்தினி பர்மாக்காரன் கைநீட்டி அடிச்சிருக்கான்! வாயைத் தொறக்க மாட்டேன். கடையில இதுகளையெல்லாம் சொல்ல முடியாது. என்னமாச்சும் சொன்னமுனாக்கா மறுக்கோளிப் பயல்னு சொல்லி மறு கப்பல்ல விரா டி விட்டுருவாக. அப்புறம் அம்புட்டுத்தான். வேற செட்டிய வீடுகள்ல வச்சிகிட மாட்டாக...”

இடது கை நெஞ்சின் மீதிருக்க, வலது கை நெற்றியைத் தடவியது.

“அப்புறம் மலாய் டாப்புக்கு அந்த மார்க்காவுக்கே வந்தென். கலியாணமாச்சு... வீட்டை எடுத்துக் கட்டிக் காணி கரைய வாங்கினேன். பிள்ளை குட்டியாகி நாலு பேரொட மனுசன்னி ஆச்சு. பெனாங்குக் கடைக் கொண்டுவேலை மொதலாளிக்குப் பிடிச்சுப் போச்சுது. மறு கணக்கு, மூவார் கடையில மேலாளுக்கு வந்தேன். பெரிய மார்க்கா ஆளுகல்லாம் சீறி விழுந்தாக, இந்த விசுக்குப் பய இம்புட்டுப் பெரிய மார்க்காவில மேலாளுக்குக்கொண்டுவிக்கிற தான்னி. அந்தக் கணக்கில நல்ல மிச்சம், நல்ல பேரு... அப்புறம், தண்டாயுதபாணி கிருபையில மொதலாளி கைகொடுத்தாக. இந்தத் தொழிலை நெலை நாட்னேன்.”

உடலை நிமிர்த்தி இமைகளைத் திறந்து விழித்துப் பார்த்தார். இருவர் கண்களும் சந்தித்தன. ஒருவரை ஒருவர், இமையாத கண்களுடன் பார்த்திருந்தார்கள். சில விநாடிகள் கழிந்தன... முதலாளி கண்களை மூடினார்.

"எங்க மொதலாளி கோட்டையூர் சாவன்னா மூனா ரூனாப் பானா மூனா மூனா ரூனா. பரம்பரையாய்ப் பெரிய மார்க்கா. அவுகளைக் 'கோடையிடியன்' செட்டியிம்பாக. வாயைத் தொறந்து ஒண்ணு சொன்னா சொன்னதுதான். சூரியன் திசை மாறினாலும் அவுக பேச்சு மாறாது... இந்தத் தொழிலை நிலைநாட்ட என்ன பாடுபட்டேன்! ஊரை நெனைக்கலை, பெண்டாட்டி பிள்ளைய நெனைக்கலை, நல்லது பொல்லதுல மனச விடல... மொதல்ல, பெரிய மார்க்கா ஆளுகளுக்கெல்லாம் எளப்பமாய்த்தான் இருந்துச்சு... கேக்கக் கேக்க நடப்புலயும் தவணையிலயும் கொடுக்கச் சொல்லி, தண்டாயுதபாணி கிருபையில மொதலாளி உத்தரவு பண்ணுனாக. எல்லாம் நல்லபடியாய் வந்திருச்சு. பெனாங்கில நம்ம மார்க்காவும் ஒண்ணுன்னு ஆச்சுது. இன்னைக்கி இங்கெ எனத்தில நிக்கிற பணமெல்லாம் இல்லையின்னிப் போனாலும்- தண்டாயுதபாணி கிருபையில அப்படியொண்ணும் நடக்காது - ஒரு பேச்சுக்குச் சொல்றேன். பசியாமல் சாப்பிடுறதுக்கு ஊர்ல சொத்துச் சுதந்திரம் இருக்கு... இந்தத் தொழிலை நெலைநாட்றதுக்கு நான் பட்ட பாடு கொஞ்சமா! வடிவேலுக்கும் ஒனக்கும் இதெல்லாம் தெரியாது. இன்னைக்கி மனசு பொறுக்காம ஒன்கிட்டச் சொல்றேன். நம்ம சாதிசனத்தில நீ ஒருத்தன்தான் நாலு பேர் கண்டு மதிக்கிறாப்பில இருக்கிறது, மனுசாதி மனுசனெல்லாம் ஒன்னையத் தூக்கி வச்சுப் பேசுறது எனக்குப் பெருமையில்லியா? இது பொட்டச்சி தொழிலு. ஒனக்கு இது ஒத்து வராது. அரும் பாடுபட்டு உண்டாக்கின தொழில் நிலைக்யனுமுல, நீயே சொல்லு. அதுனாலதான் உனக்கு வேற தொழில் ஏற்பாடு செய்வமுனு சொன்னேன்."

கண்களைத் திறந்து பார்த்தார்.

"நீ புரியாம என்னமும் நினைச்சுக்கிடாதே. சப்பான்காரன் குண்டு போட்டு ஊரைக் கொளுத்துறப்ப, எம் மகனத் தோளில போட்டுகினு ரெண்டு மைல் ஓடியாந்தியே, அதை நான் மறப்பனா? அன்னைக்கி எத்தினி உடலு வீடு சேர்ந்துச்சி...? நீயும் எனக்குப் பிள்ளை மாதிரிதான்.

செல்லையாவின் மனம் உருகியது. 'இவரை நம்மால் புரிந்து கொள்ள முடியாது. பாவம், மனம் வெதும்பிப் பேசுகிறார்...'

"நான் வர்றேன்" - எழுந்தான்.

"சரி, போயி யோசிச்சுச் சொல்லு."

"யோசிக்க வேண்டியது ஒன்றுமில்லை. நீங்கள் கப்பலேறுகிற வரை வேலை பார்க்கிறேன்."

திரும்பிப் பாராமல் வெளியேறினான்.

செல்லையாவின் முதுகு மறையும்வரையில் வானாயீனா பார்த்துக் கொண்டிருந்தார். பிறகு, முகத்தைத் திருப்பி ஜன்னல் வழியாகத் தெருவைப் பார்த்தபடி லயித்துப் போனார்.

7. ஒரு பரிசு

வெகு காலையில் எழுந்து தண்ணீர்மலையான் கோயிலுக்குப் போய் வருவதும் கடை வேலைகளை முழுமூச்சாய்க் கவனிப்பதுமாகச் செல்லையா நாட்களை ஓட்டி வந்தான். சில சமயங்களில் கோயிலுக்குப் போவதை நிறுத்திவிடலாமா என்று எண்ணுவான். மறுவிநாடி மரகதத்தின் வேண்டுகோள் நினைவுக்கு வந்துவிடும். அவள் தன் காலைக் கட்டிக்கொண்டு அழுவது போன்ற மன மயக்கம் தோன்றி நெஞ்சாழத்திலிருந்து நெடிய பெருமூச்சு கிளம்பும்.

முறையான பயிற்சியால் இறுகியிருந்த உடற்கட்டு மனக் கலக்கத்தால் தளர்ந்துவிடவில்லை. ஆனால், முகப்பொலிவு மங்கிவிட்டது. ஊடுருவிப் பார்க்கும் ஒளிமிகுந்த கண்கள் ஏக்கத்தில் மிதப்பதற்குக் காரணம் கிட்டங்கியில் உள்ளவர்கள் எல்லோருக்கும் தெரிந்ததுதான். ஆனால், அதைப்பற்றி அவனிடம் பேசத் துணிந்தவர் யாரும் இல்லை.

செல்லையாவின் பரம பக்தர்களான பெட்டியடிப் பையன் சேதுவும், கடைச் சமையலாள் சுப்பையாவும் பின்கட்டில் சந்திக்கும் போதெல்லாம், 'செல்லையாண்ணன்' மனக் கவலையை எப்படிப் போக்கலாமென்று மும்முரமாக ஆராய்ச்சி நடத்தி வந்தார்கள்.

"மொதலாளிய வேல் கம்பால ஒரே போடா போட்டுத் தள்ளணும். அந்த அமுங்கிணிப் பய நாகலிங்கம் இருக்கானே, அவனைக் கால் ரெண்டையும் பிடிச்சிக் கரகரன்னிச் சுத்தித் தரையில ஒரே அடியா அடிக்யணும்!" மஞ்சி விரட்டுச் சண்டைகள் சிலவற்றில் பங்கு பெற்றவனான சுப்பையா நடிப்புடன் சொன்னான். சமையல் சிட்டையை வைத்துக்கொண்டு நோண்டி நோண்டிக் கேள்வி கேட்கும் நாகலிங்கத்தை நினைத்தாலே அவனுக்கு உடல் பற்றி எரியும்.

"ரெண்டு பேரையும் கட்டி வைச்சு டும்டும்னிச்சுடணும், சுப்பையாண்ணே!" கொஞ்ச காலம் பாலர் சேனையிலும், பிறகு இந்திய சுதந்திரச் சங்க நாடகக் குழுவிலும் இருந்து திரும்பிய சேது சொன்னான்.

"காலக் கொடுமையில கருப்பணசாமி காப்பி குடிச்சாப் புலயில இருக்கு! யானைக்கு வதிலாப் பூனை!"

"அக்காளுக்கு சேலை துவைச்சுப் போடக்கூட லாயக்கில்லை. இதில தாலி கட்றாராமுல! மொகரையப் பாருங்க மொகரைய!"

"அந்த அமுங்கிணிப் பயலைச் சொல்லி என்னடா பண்ண, நம்ம மொதலாளியைச் சொல்லணும். இந்த மனுசன் வயித்ல வந்து இப்படி மகாலெட்சுமியாட்டம்..."

பாதியோடு பேச்சை முடித்துக்கொண்டு சுப்பையா திரும்பினான். சேது பெட்டியடியை நோக்கி விரைந்தான். முன்கட்டிலிருந்து வந்த செல்லையா, மாடிப் படிக்கட்டில் ஏறினான்.

"சுப்பையா, பழைய வேட்டி சட்டை இருக்கிறது, கொடியில் போட்டு வைக்கிறேன், எடுத்துக் கொள்."

"ஆகட்டுமண்ணே... ம்... நீங்ய?"

"வேறு வேலைக்குப் போகிறேன்."

"பெனாங்கிலதானே?"

"இன்னும் முடிவாகவில்லை."

"ம், நீங்ய... எல்லாத்துக்கும் தண்ணிமலையான் இருக்காண்ணே... எங்களை மறந்திராதிங்யண்ணே!"

செல்லையா மேலே போய், முன்புறத்து அறையில் கிழக்கு முகமாகக் கிடந்த நாற்காலியில் அமர்ந்து சிகரெட் பற்ற வைத்தான்.

எதிர்ப்புறச் சுவரில் வடிவேலின் புகைப்படம் தொங்கியது. அதன் இரு பக்கங்களிலும் வானாயீனா மார்க்காவில் கொண்டுவிற்ற மேலாட்கள், அடுத்தாட்கள், பெட்டியடிப் பையன்கள் அடங்கிய படவரிசை. சில படங்களில் அட்டணைக்காலும் வெற்றி முறுவலுமாக இருந்த வானாயீனாவின் உருவம் தெரிந்தது. முதலாளியும் மேலாளும் நாற்காலியில் இருந்தார்கள். வானாயீனாவின் மேல் துண்டு வல்ல வட்டாகத் தோளை அணி செய்தது. மேலாளின் துண்டு நாற்காலியில் தொங்கிற்று. பின்னால், மேல் துண்டுகளை இடுப்பில் கட்டியிருந்த அடுத்தாட்கள் வரிசையாக நின்றனர். முன்னே தரையில் பெட்டியடிப் பையன்கள் வாயை இறுக்கி மூடிச் சம்மணம் கூட்டி உட்கார்ந்திருந்தனர்.

சிகரெட் புகையை இழுத்து ஊதியவன், புகைத் திரையினூடாகப் பார்வையைச் செலுத்தினான். இடப்புறம் மூன்றாவது படத்தில் அள்ளிமுடிந்தகொண்டையும் கடுக்கனுமாய்க் காட்சி அளிப்பவர்

சிராவயல் காசிலிங்கம் பிள்ளை. பெரிய அடுத்தாளாக இரண்டு கணக்கு கொண்டுவிற்றவர்; வட்டிச் சிட்டை போடுவதிலும் ஐந்தொகை எடுப்பதிலும் எம்டன். அதேபோல், கணக்கை 'இழுத்துக் கட்டுவதிலும்' கோப்பன். வசூல் பணத்தில் ஒரு பகுதியை ஆர்கால் ரோட்டுப் பாப்பாத்தியிடம் கொடுத்துவிட்டு வெகு நாளாய்க் கணக்கில் கோக்குமாக்கு வேலை செய்து வந்தார். கடைசியில் அகப்படப் போகும் தருணத்தில் இரவோடு இரவாக ஓடி விட்டார். என்ன ஆனாரோ, யாருக்கும் தெரியாது.

வடிவேலின் படத்துக்கு வலப்புறத்தில், பால் வடியும் முகத்தோடு கெவுடு தரித்து நிற்பவன், பள்ளத்தூர் அருணாசலம்; பெட்டியடிக்கு இருந்துவிட்டுப்போய், அடுத்தாளாக வந்த மூன்றாவது மாதத்தில் எக்குத்தப்பாய் 'சீக்கு' வாங்கிவிட்டான். சமையலாள் பெரியாம் பிள்ளையின் 'பத்தவைப்பு' காரணமாய்க் குட்டு உடைந்து, அடுத்த கப்பலில் விரட்டுப்பட நேர்ந்தது. இப்பொழுது, தேவகோட்டை வெள்ளையனூருணிக் கரையில் சோற்றுக் கடை வைத்திருப்பதாகக் கேள்வி. அதே படத்தில் சுருட்டை முடியுடன் உட்கார்ந்திருக்கும் பெட்டியடிப் பையன்தான் 'விட்டல்' சாமிநாதன். ஊரில் பெரிய இடத்து கைம்பெண் ஒருத்தியுடன் 'செனேகிதமாகி' டம்பாச்சாரி போல் திரிகிறானாம். அடுத்த படத்தில் வட்டக் குடுமியும் மூக்குவாளியு மாய் நிற்பவன் ஆத்தங்குடி நாகசாமி. இப்போது, மதுரை நாடகக்காரி ஒருத்தி வீட்டில் எடுபிடி வேலை பார்த்துக்கொண்டிருக்கிறான்.

வலப்பக்கம் கடைசியாக உள்ள படத்தில் எலிக்குஞ்சுபோல் நிற்கும் அடுத்தாள் கண்டனூர் சுயம்பு லிங்கம் பிள்ளை. வானாயீனாவிடம் ஒரு கணக்கு இருந்துவிட்டு, சுமத்ராவுக்குப் போய் மைடானில் சொந்தத் தொழில் ஆரம்பித்தார். 'பத்து கொடுத்துப் பதினைந்து - பதினைந்து நாள் தவணை' என்ற அடிப்படைவிதி முறையுடன் கடை தொடங்கி, நூறு கொடுத்து நூத்தி முப்பது பத்து மாதம் தவணை' என்ற அளவுக்கு லேவாதேவியை விரித்துத் தொழில் நடத்தி ரூபாய் மூன்று லட்சம் திரட்டி ஜப்பான் சண்டை தொடங்குவதற்கு ஒரு மாதம் முன்னதாக, அவ்வளவு பணத்தையும் பக்காவாக ஊருக்குள் கொண்டு போய்ச் சேர்த்துவிட்டார்.

சிகரெட்டை நசுக்கி, சுவரோரம் இருந்த மரப்பெட்டிக்குப் பின்னால் போட்டான். பார்வை மீண்டும் புகைப்படங்களின்மீது திரும்பியது. 'இவர்கள் பிறந்த நாட்டிலேயே இருந்திருந்தால்...? பெரும்பாலும், தீராத வறுமையிலேயே உழன்றிருப்பார்கள். சுயம்பு லிங்கம் பிள்ளையால் மாதம் இருபது ரூபாய் சம்பாதிக்க முடியுமா...? வசதி என்பது என்னவென்றே அறியாத பட்டிக் காட்டுப் பையன்கள்

எத்தனை பேர் வட்டித் தொழில் காரணமாய் நாள்தோறும் குளிக்கவும், சலவை உடுப்பு அணியவும், சுவைத்து உண்ணவும் பழகியிருக்கிறார்கள்! இந்தத் தொழிலுக்கு வரும் ஒவ்வோர் ஆளையும் வைத்து ராமநாதபுரம் ஜில்லாவில் வயிறு கழுவும் ஆட்கள் எத்தனை பேர்! இது அப்படியொன்றும் கொடுமையான தொழில் அல்லவே. இங்கு வட்டிக்குக் கடன் வாங்கித் தொழில் நடத்தும் சீனர்கள் வட்டித் தொகையைப் போல் பன் மடங்கு நிகர லாபம் சம்பாதிக்க முடிகிறதே...'

"செல்லையாண்ணே!" வீட்டுச் சமையலாள் கருப்பையா முன்னால் நின்றார்.

"கருப்பையாண்ணே!"

கருப்பையா, மடியை அவிழ்த்துக் காகிதப் பையை எடுத்து நீட்டினார். வாங்கிப் பிரித்தான். பூ வேலை மிக்க மஞ்சள் நிறப் பட்டுக் கைக்குட்டை இருந்தது. மூக்கில் வைத்து மோந்தான். மல்லிகை - தேங்காய் எண்ணெய் - மஞ்சள் - சோப்பு மணக் கலவையான பெண் வாடை வீசிற்று. ஒரு மூலையில் செல்லையாவின் விலாசம் - 'கு.செ.' பச்சை நூலால் பின்னியிருந்தது-

"பைக்குள்ள வச்சுக்கங்க, தங்கச்சி குடுக்கச் சொல்லுச்சி. இதை அது நெனைவா வச்சிருப்பிங்யளாம்."

"ஆகட்டும்."

மடியை அவிழ்த்துப் பொட்டலமொன்றை எடுத்து நீட்டினார். "லட்டு, சாப்பிடுங்க, தங்கச்சி கைனால செஞ்சது."

"சரி, அப்புறம் சாப்பிடுறேன்" பொட்டலத்தைப் பிரித்தான். மூன்று லட்டுகள் இருந்தன. மறுபடி மூடினான்.

"இப்பச் சாப்பிடுங்க. நீங்ய மூணையும் சாப்பிடுறதப் பார்த்துக்கினு வந்து சொல்லணுமினு தங்கச்சி சொல்லிச்சு."

லட்டுகளைப் பிட்டுத் தின்றான். மரகதம் பக்கத்தில் நின்று கொண்டு ஆதரவுடன் வயிற்றைத் தடவுவது போன்ற மன மயக்கம் உதித்தது.

"நான் வுருறண்ணே! உங்களை எப்படித் தனியா சந்திச்சி இதைச் சேக்குறதினு நினைச்சுக்கினே வந்தென்... தங்கச்சி ஓங்க கிட்ட ஒண்ணு சொல்லச் சொல்லுச்சி."

"என்ன?"

“மனசைக் கலங்க விடாமல், உடம்பைப் பத்திரமாப் பாத்துக் கிடுவிங்யளாம். சனியும் பொதனும் தவறாமல் எண்ணெய் தேய்ச்சு முழுகணுமாம். சீரெட்டு ரொம்பக் குடிக்காமல் குறைச்சுக்கிடுவிங்யளாம். கால்ல விழுந்து கேட்டுக்கிறேன்னு சொல்லச் சொல்லுச்சி.”

“ஆகட்டும், சரியின்னு சொல்லுங்க” குரல் நடுங்கியது.

அவன் முகத்தைப் பரிதாபமாகப் பார்த்தார் சமையலாள்.

“மரகதம் எப்படியிருக்கு? ரெம்ப எளச்சிப் போச்சா?

“அத ஏண்ணே கேக்குறிங்ய! தாயும் மகளும் படுறபாட்ட நெனச்சா, ம்ம், நான் வர்றென்.”

“கருப்பையாண்ணே, பழைய வேட்டி சட்டை இருக்கு. சேதுப் பயலிடம் கொடுத்து வைக்கிறேன். வாங்கிக்கங்க.”

“ம்... நீங்ய?”

“வேறு வேலைக்குப் போறேன்.”

“செல்லையாண்ணே...! இந்தச் சண்டாள மனுசன் ஒங்களையும் தங்கச்சியுவும் உயிரோட கொல்றாரே!”

“ஒண்ணும் வருத்தப்படாதீங்க... தெய்வம் விட்டபடி நடக்கட்டும்.”

“நீங்ய எங்கின இருந்தாலும் நல்லாயிருக்கணும்... தண்ணி மலையான் எல்லாத்தையும் பார்த்துக்கிணுதாண்ணே இருக்கான். சாமிக்கிக் கண்ணிருந்தா கேக்கட்டும். இல்லாட்டி, போயித்து போகுது.”

கருப்பையா கும்பிட்டுவிட்டுப் படிக்கட்டை நோக்கிக் கலங்கிய கண்களுடன் நடந்தார்.

8. எது கடமை

செவ்வாய்க்கிழமை முற்பகலில் பினாங் துறைமுகத்திலிருந்து கிளம்பும் கப்பலில் வானாயீனா குடும்பத்தார் தாயகம் புறப்படுவதற் கான ஏற்பாடுகள் எல்லாம் முற்றுப் பெற்றன. கடைவீதியில் உள்ளவர்களிடமும் மற்றும் வேண்டியவர்களிடமும் பிள்ளையவர்கள் பயணம் சொல்லிக்கொண்டுவிட்டார். திங்கட்கிழமை முழுவதும் கடையில் ஒரே அமர்க்களமாக இருந்தது. காலையிலிருந்து பற்றுவரவுப் புள்ளிகள் பெருங்கூட்டமாகக் கூடிக் கிடந்தார்கள். ஊருக்குக் கொண்டுபோவதற்காக வாங்கிய சாமான்கள் சிப்பம் போட்டு அடுக்கப்பட்டிருந்தன. பெட்டியடிப் பையன் வீட்டுக்கும் கடைக்குமாக ஓடிக்கொண்டிருந்தான்.

மாலை 7 மணி இருக்கும். பெட்டியடியில் பேரேட்டைப் புரட்டிக்கொண்டிருந்தான் செல்லையா. கிட்டங்கி முழுவதும் 'ஊர்க்கப்பல்' பேச்சாக இருந்தது.

"டஞ்சனா அஞ்சு நாள்ல கரையப் பிடிச்சிருவான்" கடைசிப் பெட்டியடி அடுத்தாள் ராமலிங்கம் பிள்ளை சொன்னார்.

"இதெல்லாம் என்ன கப்பல், இம்புட்டுக்கானு! பெரும் பண்டங்களையெல்லாம் செர்மன்காரப் பய விழுத்தாட்டிப் பிட்டான்ல" இரண்டாவது பெட்டியடியிலிருந்து நல்ல கண்ணுப் பிள்ளையின் கருத்து வெளியாகிறது.

"போங்கண்ணே போங்க. வெள்ளைக்காரன் என்னமோ புண்ணியத்துக்குக் கப்பல் விட்ருக்கான். இதுவுமில்லாட்டியில தெரியும். இங்கினையே உட்கார்ந்துக்கினு சிங்கி அடிக்கணும், சிங்கி" - கடைசிப் பெட்டியடிக்காரர் படபடப்பாகக் குறிப்பிட்டார்.

"அட, அதுக்குச் சொல்ல வரலையண்ணே, ஒரு இதுக்காகச் சொல்றேன். கப்பல்னா எல்லாம் கப்பல்தானா? பெருசு சிறுக, நல்லது கெட்டதின்னி இல்லையா?"

"ஆமாமா.. கல்லெல்லாம் மாணிக்கக் கல்லாகுமான்னு தெரியாமலா கேட்டு வைச்சிருக்கான்" வெளியிலிருந்து வந்து உட்கார்ந்த மூன்றாவது பெட்டியடிப் பெரிய அடுத்தநாள் அங்கப்ப பிள்ளை குறிப்பிட்டார். "நான் பாருங்க, தொள்ளாயிரத்து இருபத்தி எட்டுல ஊர் திரும்பச்சே, ஒரு கப்பல்ல கொழும்பு மார்க்கமாப் போனென். கப்பல்னாக் கப்பல், இப்புடி அப்படியின்னிச் சொல்ல முடியாது..."

செல்லையாவுக்குக் கப்பல் பேச்சு கசந்தது. ஆயினும், வழக்கம் போல் கோபம் வரவில்லை. என்ன காரணத்தாலோ காலையிலிருந்து மனம் அமைதியாக இருந்தது. ஒன்பது மணிக்கு மேல் நியூ ஓர்ல்ட் பார்க் பக்கம் போய் வரலாமென்று எண்ணிச் சிட்டையில் பற்றெழுதிவிட்டுப் பத்து டாலரை எடுத்துப் பையில் போட்டான்.

"அண்ணே!" சேது முன்னால் நின்றான். "மொதலாளி... ம்... மொதலாளி சம்சாரம் உங்களைச் சாப்பிட வரச் சொன்னாக, இப்பவே வருவிங்யளாம்."

"முதலாளி, முதலாளி சம்சாரம்... யார் சொன்னது?"

"ம், மொதலாளிதான் சொன்னாரு, அப்புறம் அவுக வந்து 'நான் சொன்னேன்னி சொல்லு'ன்னாக, முதலாளியும் 'அப்படித்தான் சொல்லு'ன்னாரு. அண்ணே, 'அவசியம் வரச் சொல்லு'ன்னு முதலாளி சம்சாரம் சொன்னாக."

"சரி சரி, போ" - பெட்டியடியிலிருந்து இறங்கினான். என்னவோ விஷயம் முடிந்துவிட்டது. யாரை நொந்து என்ன செய்ய? முறைக்குத் தலையைக் காட்டிவிட்டு வரவேண்டியதுதான்...

சூலியா தெருவில் திரும்பி, கிங் தெரு சந்திப்பைக் கடந்து கொண்டிருந்தான்.

"செல்லையா!" வலப்புறமிருந்து வந்த பழனியப்பன் இரண்டு கைகளையும் நீட்டித் தோளைப் பற்றினான்.

"பழனி!"

"வரும்போது, அக்கறையில் மாணிக்கத்தைப் பார்த்தேன். எல்லா விவரமும் சொன்னான். கோலாலம்பூருக்கு வாவேன். ஒரு மாதம் இருந்துவிட்டு வரலாம். அங்கேயே ஒரு வேலை..."

"இங்கேயே பேங்க் வேலையில் உட்கார்ந்துவிடலாமென்று நினைக்கிறேன். எதற்கும் உனக்கு எழுதுகிறேன்."

பழனியப்பனை ஏற இறங்கப் பார்த்தான். தன்னையறியாமலே முகம் முறுவலித்தது. பழைய செகண்ட் லெப்டினன்டுக்கும், இப்போது முன்னால் நிற்பவனுக்கும் எவ்வளவு வேற்றுமை! மடிப்புக் கலையாத தூய வெள்ளை வேட்டி, சட்டை, தோளில் தொங்கிய துண்டு இருபுறமும் முழங்காலைத் தொட்டது. நெற்றியில் சந்தனப் பொட்டு. கோலாலம்பூர் அம்பாங் தெருவில் பத்து லட்சம் டாலர் கொடுக்கல் வாங்கல் உள்ள சூனா பானா நாவன்னா மார்க்கா பங்காளிகளான இரண்டு சகோதரர்களின் இளையவன் பழனியப்பன்.

"மாணிக்கம் வந்தானா, இல்லையா? ஆறு மணிக்குப் பினாங் வருவதாகச் சொன்னானே."

"காணோம், எங்காவது சுற்றிவிட்டு வருவான்.

"அடுத்த மாதம் ஊருக்குப் போகலாமென்று இருக்கிறேன், நீயும் வாவேன்."

"அடுத்த மாதமா? இன்னும் ஒரு வருஷம் போகட்டும், பார்க்கலாம்."

"சரி, பேசிக்கொள்வோம், பட்டாவர்த் வரை போய்வர வேண்டி யிருக்கிறது. காலையில் பார்க்கிறேன். என்னால் என்ன ஆக வேண்டு மென்றாலும் கடிதம் எழுது. செல்லையா, ராணுவத்தில் ஒரு கவலையுமில்லாமல் எவ்வளவு ஆனந்தமாக இருந்தோம்... அந்தக் காலம் திரும்பாதா?" குரல் தீராத ஏக்கம் தொனித்தது.

"அதுவா? போனது போனதுதான். இனிமேல் மறுபடியும் குழந்தையாகித் தாய்மடியில் குதித்து விளையாட வேண்டுமென்றால் முடியுமா?"

"ஆமாம், போனது போனதுதான்... ம், நீ மனதை உளப்பிக் கொள்ளாதே வர்றேன்."

"காலையில் கட்டாயம் வா."

செல்லையா வடமுகமாய் நடந்தான்.

மேகமற்ற வானில் நிலவு காய்ந்தது. தாரகைகள் கண் சிமிட்டின. கிழக்கிலிருந்து மெல்லிய கடற்காற்று வீசியது.

இருபுறமும் குட்டிச் சுவர்கள். பிறகு புடவைக் கடைகள். மீரா முகமது கடை மானேஜர் மைதீன் பிச்சை,

"என்ன, சாயந்தர நேரத்தில் சின்னாங்கா கெளம்பீட்டிங்களாக்கும்?"

"டத்தோ கிராமட் ரோடில் கொஞ்சம் வேலை இருக்கிறது."

இடது கையை மேற்கே சுட்டிச் சொன்னவன் தொடர்ந்து நடந்தான்.

நடுமேடையுடன் அகன்ற பிட் தெரு குறுக்கிட்டது. கடந்தான். ராமநாதபுரம் வட்டகை ராவுத்தர்களின் நகைக் கடை வரிசை. கண்ணாடிப் பெட்டிகளில் ஆபரணங்கள் மின்னின. சல்லாப் பட்டு ஸ்லெண்டாங் அணிந்து தலையை மூடிய பொன்னிற மலாய் நாரீமணிகள். சராய் அணிந்த சீனப் பெண்கள். நடை பாதையில் சிகரெட், பழம், சாக்கலெட் விற்கும் காவடிக் கடைகள். வடகிழக்கு மூலையில் புகழ் பெற்ற சீன மருந்துக் கடை இருளடைந்து கிடக்கிறது. எதிரே ஹோட்டல் மாடி ஜன்னலின் சியூலானின் பொம்மை முகம் போதைப் புன்முறுவலுடன் தெரிகிறது.

பின்னிருந்து வந்த சைக்கிள் ரிக்ஷாவை நிறுத்தி ஏறினான்.

"டத்தோகிராமட்."

"பாய்க், தவ்க்கே."

வண்டி விரைந்தது. செல்லையாவின் மனதில் அமைதி தேங்கியிருந்தது. 'இன்று காலைவரை இருந்த கொந்தளிப்பு, குழப்பம் மறைந்துவிட்டதே! மனதின் மர்மம் என்ன?' இரு பக்கமும் மிகுந்திருந்த செருப்பு, தகரக் கடைகளில் சுத்தியல்கள் மோதி முழங்கின. தையல் கடைகளில் சக்கரங்களின் உருளொலி - ஹோட்டல்களிலிருந்து பரிந்த மாஜோங் விளையாட்டோசை - பின்தொடர்ந்தது.

பினாங் ரோட்டில் முக்கி ஏறிற்று ரிக்ஷா. எதிரே ஓடியோன் தியேட்டர். ஒரே ஒளிமயம். புதுப்படம் போலிருக்கிறது. வண்டி மேற்கே திரும்பியது இரு திசைகளிலும் போக்குவரத்து பெருகிற்று. ரிக்ஷா மணி ஓயாமல் அலறியது. வண்டிகள் உரசி விரைந்தன. சட்டைப் பைக்குள் கையை விட்டுப் பார்த்தான். சிகரெட் பெட்டி இல்லை. 'வண்டியை நிறுத்தி வாங்கலாமா? பிறகு பார்த்துக் கொள்ளலாம்!'

நடைபாதை மேடையில் எள் விழ இடமில்லாத கூட்டம், விளக்குக் கம்பங்களின் கீழ், ரொட்டிப் பெட்டி முதல் கிடைத்ததற்குரிய பெனிசிலின் மருந்துக் குப்பிவரையில் பரப்பிப் போட்டுக் கொண்டு விலை கூவினார்கள்.

"ரொக்கோ! ரொக்கோ! பூத்தோ பூஞா ரொக்கோ!" இன்னும் கடைவீதிக்கு வராத பிரிட்டிஷ் சிகரெட் டப்பிகளைச் சீனச் சிறுவர்கள் ஓடி விற்றனர். பல மொழிகளின் கூட்டோசை கலகலத்தது... குவீன்ஸ். சினிமாக் கொட்டைக்கு முன் தந்தச் சிலையொத்த இரு சீனப் பெண்கள் ஆளுக்கு ஒரு ராணுவ வெள்ளையனின் கையைக் கோத்து நடந்தனர். அலி சுல்தான் எம்போரியம். ஜுவால் மூரா மார்க்கெட். சாம் அண்டு நாம் கடையில் மீண்டும் நீலமணி விளக்கு மின்னுகிறது. வெளிச்சமிடும் ஜன்னல்களை வரிசை வரிசையாகக் கொண்ட போலீஸ் தலைமையகம் - நகரிலேயே பெரிய காங்க்ரீட் கட்டடம். விங்லோக் ரெஸ்டாரன்ட். வின்சர் கூத்து மேடையின் சிமிந்தி நிற உருவம் பின்னோடியது. காப்பிக் கடைகள், புடவைக் கடைகள், மருந்துக் கடைகள், ஆறு முச்சந்தி - வண்டிகள் பாய்ந்து உரசி விரைந்தனர். ரிக்ஷா மணி கணகணத்தது. ஹாரன்கள் அலறின. மானிடர் நழுவித் தப்பினர்.

குறுக்கிட்ட மானிடரையும் விலகாத வண்டிகளையும் சரமாரியாக ஏசியவாறு ரிக்ஷாவைக் கடுவிரைவாய்ச் செலுத்தின சாரதி, தனது பரபரப்பின் அளவை வண்டியிலிருந்து 'செட்டி'யும் தெரிந்து கொள்வதற்குத் தோதாக, சீன வசவுகளோடு கலந்து, இரண்டொரு தமிழ்ச் சதை வார்த்தைகளையும் வீசி எறிந்துகொண்டிருந்தான்.

டத்தோ கிராமட் சாலையில் வண்டி புகுந்தது. சிவன் கோயில் - ஈயாலை - இந்து சபை - பந்து விளையாட்டுத் திடல்... வானாயீனா வீட்டை ஒட்டிப் போய் நின்றது ரிக்ஷா. இறங்கிச் சில்லறை கொடுத்துவிட்டுப் படிக்கட்டில் ஏறினான்.

"வா, செல்லையா, உள்ளே போயிச் சாப்பிடு" - தாழ்வாரத்தில் பிரம்பு நாற்காலி மீதிருந்த வானாயீனாவின் குரல் வந்தது. செருப்பைக் கழற்றிப் போட்டுவிட்டு உள்ளே சென்றான்.

"செல்லையா, வாப்பா, இப்படி உக்காரு" - காமாட்சியம்மாளின் குரல் காதைக் குளிர வைத்தது.

பெஞ்சுமீது உட்கார்ந்தான்.

சமையல் கட்டிலிருந்து தடுக்கையும் இலையையும் கொண்டு வந்து, தரையில் இட்டார் கருப்பையா. திரும்பிப் போய், உண்டிப் பாத்திரங்களை எடுத்து வந்து வைத்தார்.

"செல்லையா, வாப்பா, சாப்பிடு வா."

"நல்லா வயிறு நெறையச் சாப்பிடப்பா. ம்ம். கிட்டத்திலிருந்து சோறு போடப் பெத்தவ இருக்காளா? வெண்டிக் காயி உடம்புக்கு நல்லது; தொடக்கூட இல்லை."

கை கழுவுவதற்காகப் பின்கட்டுப் போனான். பட்டுச் சேலையின் சரசரப்பு விரைந்து தேய்வதுபோல் கேட்டது. கருப்பையா செம்பில் தண்ணீர் மொண்டு கொடுத்தார். திரும்பி வந்து பெஞ்சில் உட்கார்ந்தான்.

"செல்லையா, நா ஒன்னையப் பெத்தவளாட்டம் ஒரு வார்த்தை சொல்றேன், கேக்கிறியா?"

மெய்மறந்திருந்தவன் திடுக்கிட்டு விழித்துப் பார்த்தான். எதிரே, காமாட்சியம்மாள் நின்றார்.

"ம், சொல்லுங்க."

"கேக்கிறேன்னிச் சொல்லப்பா."

"சரி, கேட்கிறேன்."

"மனச அலட்டிக்கிட மாட்டேன்னிச் சொல்லு."

"ஆகட்டும், மனதை அலட்டிக்கொள்ள மாட்டேன்."

"ஒனக்கு ஒரு கொறையும் வராது செல்லையா. மகராசனா யிருப்பா. நா பெத்த தாயாட்டம் சொல்றேன். என் வாக்கு வீணாப் போகாது." தலை பின் பக்கம் திரும்பியது. "அம்மா! செல்லையாட்ட வந்து சொல்லிக்யம்மா, நேரமாகுது."

மரகதம் தலைகுனிந்தபடி நடந்து வந்தாள். காலில் கொலுசு ஒலித்தது. உடலைச் சுற்றி முன்றானை இறுக்கி மூடியிருந்தது.

செல்லையாவின் தலை திரும்பிற்று. கனவுக் கண்களோடு நோக்கினான்.

போன தடவை பார்த்தபோது கட்டியிருந்த அதே ஆலிவ் - பச்சைச்சேலை...

எழுந்து நின்றான்.

முன்னால் வந்து நின்று கும்பிட்டாள். செல்லையாவின் உடல் நடுங்கிற்று. பார்வை மங்கியது. மரகதமும் காமாட்சியம்மாளும் கலங்கலாய்த் தென்பட்டனர். ‘என்ன நடக்கிறது, ஏன் இந்த முடிவு, இதற்குக் காரணம் என்ன, ஒவ்வொருவரும் இறுதிவரையும் கடமைக் கடனை நடித்தே தீர வேண்டுமா, ஏன் கடமை, எது கடமை...’

“அம்மா, சொல்லிக்யம்மா, நேரமாகுது.”

மரகத உருவம் ஏதோ முனங்கியது.

செல்லையாவின் கைகள் உயர்ந்து கூப்பின.

மரகத உருவம் கனவில் நடப்பதுபோல திரும்பி நடந்து போய் மறைந்தது.

“உக்காரப்பா, நானும் சொல்லிக்கிறேன். காலையில கப்பல் போகுது” காமாட்சியம்மாள் கைகூப்பினார்.

செல்லையா எட்டிச் சென்று காமாட்சியம்மாளுக்கு முன்னே தடாலென்று தரையில் விழுந்து கும்பிட்டான்.

“எந்திரியப்பா, செல்லையா! செல்லையா எந்திரி. சண்டாளி, நானும் பொம்பளையின்னி பிறந்தனே, குடுத்து வைக்காத பாவி... என் காலிலயா நீ விழுறது? நான்ல உன் கால்ல விழணும்... எந்திரியப்பா... சின்னப் பிள்ளையா இருந்தியினா கையப் பிடிச்சுத் தூக்கி விடலாம்... தெய்வமே, இது ஒரு சோதனையா... செல்லையா!”

எழுந்து நின்றான். காமாட்சியம்மாள் இன்னும் கை கூப்பிய படியே நின்றார்.

“நான் வர்றேன்” கைகூப்பினான்.

“போயித்து வாப்பா, மகராசனாயிரு. மனச அலட்டிக் கிடாதே. உடம்பைப் பத்திரமாய்ப் பாத்துக்க. நாங்க போய்த்து வர்றொம்!”

முகப்புக்குப் போய்ச் செருப்பை மாட்டினான். நாற்காலியில் இருந்த வானாயீனா எழுந்து வந்து அவனருகே நின்றார்.

“செல்லையா, நாங்க போயித்து வர்றொம். ஒனக்கு நான் ஒண்ணும் அதிகமாச் சொல்ல வேண்டியதில்லை... நீ நல்லபடியா இருக்கணும்.”

“நான் வர்றேன்” முகத்தைப் பார்க்காமலே கும்பிட்டான்.

“சரி, போயித்து வா.”

தெருவில் இறங்கி ரிக்ஷா ஒன்றை நிறுத்தி ஏறிக் கிழக்கே கையைக் காட்டினான்.

9. அமைதி

கெக் செங் காப்பிக் கடைக்குள் நுழைந்த செல்லையா உறக்கத்தில் நடப்பவனாகத் தோன்றினான். கண்கள் ஒடுங்கியிருந்தன. வலக்கை நெற்றியைத் தடவியது.

கல்லாப் பெட்டி அருகே நின்ற கடைக்காரன், செல்லையாவின் முகத்தைப் பார்த்தபடி எதிரோடி வந்தான்.

"அத்தாஸ் பீக்கி, தவ்க்கே."

படிக்கட்டில் ஏறிப்போய், வடபுற அறையில் நுழைந்து, ஜன்னலோர மேசையை ஒட்டிக் கிடந்த நாற்காலியை இழுத்துப் போட்டு உட்கார்ந்தான்.

"அத்தி சக்கிட்கா?"

மனம் சரியில்லையா என்று கேட்டவாறு காப்பி மங்கை மேசையில் வைத்தான் கடைக்கார ஆலிம்.

செல்லையா கை ஆட்டி, விலகிப் போகும்படி சைகை காட்டினான். ஆலிம் நகர்ந்தான்.

கைகளை முழங்கைப் படுக்கையாக மேசைமீது வைத்துக் கண்ணை மூடினான். மரகதம் அவன் கால்களைக் கட்டிக் கொண்டு குய்யோமுறையோ என்று அழுதாள். கூந்தல் கட்டுக் குலைந்து பரந்திருந்தது. கண்களிலிருந்து வெள்ளம் போல் வந்த சுடுநீர் காலைப் பொசுக்கியது. அப்பால் நின்ற காமாட்சியம்மாள் முன்றானையால் முகத்தை மூடிக்கொண்டு கதறினார்.

கண்களை விழித்தான். எதிரே இருந்த எல்லாம் கலங்கிக் குழம்பலாய்த் தெரிந்தன. இரண்டு கைகளாலும் கண்களைத் தொட்டான். ஈரம் பட்டுக் கைகள் சிலிர்த்தன. கன்னங்களைத் தொட்டான். அருவிபோல் இறங்கி வந்த கண்ணீர் கன்னங்களின் வழியாய்க் கீழே பாய்ந்து சென்றது. கண்ணீர்...! என்ன இது, ஏன் இந்தக் கண்ணீர் வெள்ளம். மறுபடியும் கைகளை மேசை மீது வைத்துத் தலையைச் சாய்த்தான். என்னவென்று தெரியாத ஏதோ ஒன்று உடலைத் தாக்கியது. அதன் வேகத்தில் தலைமுதல் கால் வரையும் குலுங்கியது.

'மரகதம்! மரகதம்! மரகதம்! அழைப்பது யார், நானா, என் மனமா? கண்கள் ஏன் நீரைக் கக்குகின்றன. யாருக்காக? மரகதத்துக்

காகவா, எனக்காகவா? வினாத் தெரிந்த காலம் தொட்டு இப்படிக் கண்ணீர் சிந்தி அழுதறியேனே, இப்பொழுது ஏன் அழுகிறேன்? என் அகந்தை குலைந்துவிட்டதே என்ற அகங்காரமா? மரகதத்தை வேறொருவன் அடைகிறானே என்ற பொறாமையா? வயிரமுத்துப் பிள்ளையை வெல்ல முடியவில்லையே என்ற ஆத்திரமா...?

மனக் குழப்பம் படிப்படியாகக் குறைந்துகொண்டிருந்தது. மேசை மீதிருந்த தலையைத் தூக்கிக் கண்களைத் துடைத்தான். உலகம் தோன்றியது முதல் எத்தனை செல்லையாக்கள், எத்தனை மரகதங்கள்! என் கண்ணீரால் உலகம் மாறிவிடுமா? மாறாது... இப்படிக் கண்ணீர் சிந்தி அழுத செல்லையாக்கள் எத்தனை பேர்... யாருக்காக, எதற்காக இந்தக் கண்ணீர். எனக்காக, என் அகந்தைக்காகவே என் கண்ணீர்...

நான் மரகதத்தை இழந்தேன்; ஆனால், என்னை அறிந்து கொண்டேன். எனக்கும் மரகதத்துக்கும் உள்ள பிணைப்பு எவ்வகைப் பட்டது? அது பிறப்பால் தோன்றியதா? நெருக்கத்தால் உண்டானதா? அறிந்ததால் விளைந்ததா? அது குளிப்பித்து மூழ்கடிக்கும் நீரா? எரித்து நீறாக்கும் நெருப்பா? வருடி வீழ்த்தும் காற்றா? புதைத்து மறைக்கும் நிலமா? பிறப்பித்து அழிக்கும் வானமா...? எல்லாம் அகந்தை, அகந்தை, அகந்தை...

கண்களைத் துடைத்தான், கண்ணீர் நின்று போயிற்று. மனக் கலக்கம் மறைந்தது. பின்னால் அரவம் கேட்டுத் திரும்பினான்.

- இடக்கை தலைமுடியைக் கோதிக்கொண்டிருந்தது. வலக்கை கையில் சிகரெட் புகைந்தது -

"மாணிக்கம்!"

"செல்லையா!" சிகரெட்டை எறிந்துவிட்டு வந்து தோளைத் தொட்டான். "மனிதனால் தாங்க முடியாத துயரம் என்று சொல்வதற்கு எதுவுமே இல்லை. மனதை இழக்காத வரையில் நாம் எதையும் இழப்பதில்லை."

- முற்றும் -